பெண்ணால் முடியும்!

பெண்ணால் முடியும்!

நஸீமா ரஸாக்

ZDP
SPECIFICS

Title: Pennal Mudiyum
Author's Name: Naseema Razak

Published by ZDP Specifics

ZDP
SPECIFICS

(An imprint of Zero Degree Publishing)
No. 55(7), R Block, 6th Avenue,
Anna Nagar,
Chennai - 600 040

Website: www.zerodegreepublishing.com
E Mail id: zerodegreepublishing@gmail.com
Phone: 89250 61999

ZDP Specifics First Edition: December 2023
ISBN: 978-93-95222-57-0
TITLE NO ZDPS: 73

Cover Art: Bala Salem
Layout: Vijayan, Creative Studio

என் மகள்களுக்கு...

பொருளடக்கம்

எல்லா சாமானியர்களும் சாதனையாளனாக மாறும் போதும் வாழ்க்கை சிவப்புக் கம்பளம் விரித்து வரவேற்றுவிடுவதில்லை. அதுவும் பெண் என்றால் கேட்கவே வேண்டாம். அப்படியும் பெண்கள் சாதித்துக் கொண்டுதான் இருந்தார்கள், இருக்கிறார்கள். இந்தப் புத்தகத்தில் உள்ள இருபது பெண்களைக் கவனியுங்கள். வாழ்க்கையின் வெவ்வேறு காலக்கட்டத்தில் சாதனையாளராக உருமாறியவர்கள் இவர்கள்.

பள்ளி, கல்லூரி, திருமணம், தாய்மை, குடும்பம், கைம்மை, முதுமை என்று ஏதோ ஒரு தருணத்தில் அவர்களுக்குள் மாற்றம் நடந்து இருக்கின்றது. வயதோ, சூழலோ, மற்ற எதுவோ ஒரு பொருட்டே இல்லை. உள்ளுக்குள் மூண்ட ஒரு சொட்டு உத்வேகம் அவர்களை உந்தித் தள்ளி உயரே கொண்டு சேர்த்திருக்கிறது.

அந்த ஒரு சொட்டு உத்வேகத்தை ஒவ்வொரு பெண்ணாலும் பெற முடியும். எங்கிருந்து, எப்படி என்பதை இங்கிருந்து அறியத் தொடங்குங்கள்!

1. மேடம் க்யூரி

பத்தொன்பதாம் நூற்றாண்டில் போலந்தின் நிலைமை மிகவும் மோசமாக இருந்தது. காரணம் ரஷ்யா. இன்றைய உக்ரைனின் நிலைதான் அன்றைய போலந்திற்கும். சொல்லப்போனால் இன்னும் மோசமாக இருந்தது. போலந்து முழுமையாக ரஷ்யாவின் பிடியில் இருந்தது. போலந்தில் இருப்பவர்கள் போலிஷ் மொழியையோ, அவர்களது சரித்திரப் பாடத்தையோ படிக்கவோ கற்றுக் கொள்ளவோ தடை. உலக வரலாற்றை முழுக்க எடுத்துப் புரட்டினால் ஒன்று புரியும்- ஒரு சமூகத்தை அடையாளம் இல்லாமல் செய்ய வேண்டுமென்றால் அதன் மொழியை அதன் மக்களிடமிருந்து பறித்துக் கொண்டால் போதுமானது. ரஷ்யா போலந்தில் செய்த பல கெடுபிடிகளில் இதுவும் ஒன்று.

இப்படியொரு சூழலில்தான் போலந்தின் வார்ஸா நகரத்தில் வசித்து வந்த ஆசிரியர் தம்பதியருக்கு ஐந்தாவதாக ஒரு பெண் குழந்தை பிறந்தது. சரியாக நவம்பர் ஏழாம் தேதி 1867-ஆம் ஆண்டு. அதன் பெயர் மரியா சலோமியா ஸ்கோடோவ்ஸ்கா. அன்றைய தினத்தில் ஆயிரம் குழந்தைகள் பிறந்திருந்தாலும் இந்தக் குழந்தையைப் பற்றிப் பேசக் காரணம் இருக்கிறது.

அழுத்தம் தாங்க முடியாமல் போலந்தின் சில போராட்டக்காரர்கள் தெருவுக்கு வந்து கோஷம் போட்டார்கள். அந்தக் கூட்டத்தில் மரியாவின் தந்தையும் இருந்தார். அதன் விளைவு... அரசாங்க

உத்தியோகம் பறிக்கப்பட்டது. ஆனால் மரியாவின் தாயார் சின்ன தொடக்க நிலைப் பள்ளியில் தாளாளராகப் பணி செய்து வந்தார். ஆகையால் குடும்பம் தெருவுக்கு வராமல், இருப்பதை உண்டு காலம் தள்ளியது. தந்தைக்கு வேலை போனாலும், அவர் துவண்டு போகவில்லை. போராளியல்லவா? அன்றையப் போலந்தில் பெண் குழந்தைகளுக்குத் தொடக்கக் கல்வி மட்டுமே அனுமதிக்கப்பட்டது. அவர்களுக்குத் தடை செய்யப்பட்ட கல்வியை ரகசியமாகப் பாடம் சொல்லிக் கொடுத்து வந்தார். அவருக்குக் கணிதத்திலும் இயற்பியலிலும் ஞானம் உச்சத்திலிருந்தது.

இதனால் தடை செய்யப்பட்ட கல்வி மரியாவுக்கும் தடையேதுமின்றி கிடைத்தது. அனைத்துக் குழந்தைகளுக்கும் ஒரே மாதிரி சொல்லிக் கொடுத்தாலும் சில குழந்தைகள் மட்டும் கற்பூரம்போலக் கப்பென்று பிடித்துக் கொள்ளுமில்லையா? அந்த ரகம்தான் மரியா. அப்பா சொல்லிக் கொடுக்கும் பாடத்தை மனதில் பலமுறை ஓட்டிப் பார்ப்பது அவள் பழக்கம். மற்றக் குழந்தைகளைவிட, அவளுக்கொரு யானையின் ஞாபக சக்தி இருந்தது. அவள் ஆர்வத்தைப் பார்த்து வியந்த அப்பா, தனக்குத் தெரிந்த அனைத்தையும் மகளுக்குச் சொல்லிக் கொடுக்க ஆரம்பித்தார்.

ஒரு பக்கம் ரஷ்யாவின் கொடுமை என்றால் மறுபக்கம் தொற்று நோய்கள் பரவிக் கொண்டிருந்தன. அப்பொழுது மரியாவுக்குப் பத்து வயதிருக்கும். வெளியே சென்று விளையாட அவள் அவ்வளவாக விரும்பியதில்லை. விளையாட்டு என்றால் மூன்று தமக்கைகளோடும் ஒரு அண்ணனோடும் விளையாடுவது மட்டுமே.

மரியாவுடைய மூத்த சகோதரிக்குத் திடீரென்று ஜுரம். நாலா பக்கமும் நோய்த்தொற்று தீவிரமாக இருந்தது. வீட்டிலிருந்த அனைவரும் பீதியிலிருந்தார்கள். மரியாவின் தமக்கைக்குச் சாதா ஜுரமில்லை... டைஃப்பஸ் என்ற தொற்று இருப்பது தெரிந்தது. தெரிந்த சில நாள்களில் அவர் மரணித்துப் போனார். வீடே சோகத்தில் மூழ்கியது. மரியா கடைக்குட்டி என்பதால் அவள் சோகம் மற்றவர்களைவிடப் பெரிதாக இருந்தது. இப்படியே நாட்கள் ஓடின.

தாங்க முடியாத சோகத்திற்கும் காலம் மருந்தாகிவிடும். அதைப் போலவே மரியாவின் வீடும் ஒரு வருடம் கழித்து கொஞ்சம்

கொஞ்சமாக இயல்பு வாழ்க்கைக்குத் திரும்பிக் கொண்டிருந்தது. அவர்களோடு மரியாவும். சில மாதங்களில் எல்லாம் சரியாகிவிடும் என்று அனைவரும் எதிர்பார்த்து இருந்தார்கள். ரஷ்யா விடுதலை கொடுத்தாலும் விதி விடாது என்று ஆடத் தொடங்கியது. சரியாகத் தமக்கை இறந்து இரண்டு வருடங்களில் மரியாவின் தாயாருக்கு உடல் நிலை சரியில்லாமல் போனது. அவருக்குக் காசநோய் வந்து உருகிப் போனார். அன்றையக் காலத்தில் காசநோய்க்கு மருந்து எதுவும் கண்டுபிடிக்கப்படவில்லை. அவரும் சில மாதங்களில் பிணிக்குப் பலியானார். பன்னிரண்டு வயது மரியாவுக்குத் தாங்க முடியாத இழப்பு. தாயின் ஏக்கம் விட்டபாடில்லை. சுமக்க முடியாத சுமையை அவள் சுமந்து கொள்ளப் பழகிக் கொண்டிருந்தாள்

தொடக்கப் பள்ளிக்குச் செல்வதும், வீட்டுக்கு வந்து தமக்கைகளுக்கு வீட்டு வேலை செய்து கொடுப்பதும் வாடிக்கையாகிப் போனது. அவ்வப்போது அண்ணனுடன் வம்பு. மிச்ச நேரம் முழுக்க தந்தையோடு அறிவியல் கற்றுக் கொள்வதில் மனதை முழுமையாக ஒப்புக் கொடுத்திருந்தாள்.

அவள் வயதையொத்த மற்ற குழந்தைகள் தெருக்களில் ஓடி, விளையாட, அவள் புத்தகங்களுடன் நேரத்தைச் செலவழித்தாள். அரட்டை, வெட்டிப் பேச்சுக்கெல்லாம் அவளிடம் நேரமில்லை. பள்ளிப் படிப்பும் முடிந்தது. அடுத்து என்ன படிக்கலாம் என்று யோசிக்கும் போதுதான் மேலும் படிக்க ரஷ்ய மொழியையும் கற்க வேண்டும் என்கிற கட்டாயம் தெரிந்தது. அவள் ஞாபக சக்திக்கு எதையும் படித்து ஜீரணிக்கும் சக்தி இருந்தது. அதையும் படித்து முடித்தாள். மரியா மட்டுமில்லை.... அவள் உடன் பிறப்புகளும் படிப்பில் புலியாக இருந்தார்கள்.

ரஷ்ய மொழியைக் கற்றுக் கொண்டு மேலும் படிக்க ஒவ்வொரு கல்லூரிப் படிகளையும் அப்பாவும், மகளும் ஏறினார்கள்.

“என்னது..? மகளுக்குக் கல்லூரியில் இடம் வேண்டுமா..? கல்யாணம் பண்ணிக் கொடுப்பாயா, அதை விட்டுவிட்டு காலேஜ் அதுஇதுவென்று....” -இப்படி ஒவ்வொரு இடத்திலிருந்தும் புறக்கணிப்பு மட்டுமே பதிலாக வந்தது.

மகளுக்கும் தந்தைக்கும் சொல்ல முடியாத துயரம். மரியாவுக்குப் படிப்பு, அதுவும் இயற்பியல் என்றால் உயிர். எப்படிப் படிக்காமல்,

எதையும் கற்றுக் கொள்ளாமல் உயிர் வாழ்வது..? அப்படி வாழ்ந்தால் அது இறப்புக்குச் சமம் என்று கருதினாள்.

ரஷ்யா, போலந்தில் படிக்க முடியாவிட்டாலும் பக்கத்தில் இருக்கும் ஃப்ரான்ஸில் பெண்கள் கல்லூரிக்குச் செல்லலாம். அதுவும் எல்லா கல்லூரிக்கும் இல்லை. ஒன்றிரண்டு இருந்தன என்பது தெரிய வந்தது. முக்கியமாக பாரீஸில் அந்தக் கல்லூரிகள் இருந்தன.

எப்படியாவது அங்கு சென்று மேலும் படிக்க வேண்டும் என்று முடிவெடுத்தார்கள். மரியா போல் அவள் அக்கா ப்ரோனிஸ்லாவிற்கும் மேலே படிக்க ஆசை. இரண்டு பேரைப் படிக்க வைக்க அன்று வசதி இல்லை. சொல்லப்போனால் ஒருவர் செல்ல வேண்டும் என்று ஆசைப்பட்டாலும் அது குதிரைக் கொம்பாகவே இருந்தது.

அங்கு இங்கு என்று சிலரிடம் கடன் வாங்கி முதலில் ஒருவர் பாரீஸ் கல்லூரிக்குச் செல்ல முடிவெடுத்தார்கள். யாரந்த ஒருவர் என்று வரும் போது மரியா, அக்காவைப் போகச் சொன்னாள். அக்கா, மரியாவைப் போகச் சொன்னாள். இறுதியாக இருவரும் பேசி ஒரு உடன்படிக்கை போட்டுக் கொண்டார்கள்.

மரியா இங்கிருந்து வேலை செய்து பணம் அனுப்புவாள். அக்கா ப்ரோனிஸ்லா மருத்துவம் படிப்பாள். அவள் மருத்துவ படிப்பு முடித்தபின் அவள் மரியா படிப்பதற்கு உதவுவாள். அப்பாவும் இதை ஒப்புக் கொண்டார்.

மரியாவுக்கு இப்பொழுது ஒரு வேலை அவசியமாக இருந்தது. தனது பதினெட்டாம் வயதில் கவர்னெஸ் வேலை மரியாவுக்கு கிடைத்தது. கவர்னெஸ் என்றால் கவர்னர் என்று தப்பாக நினைக்க வேண்டாம். கவர்னெஸ் என்றால் டியூஷன் டீச்சர். பல இடங்களுக்குச் சென்று அவள் தன் பெற்றோரைப் போலவே வகுப்பு எடுக்க ஆரம்பித்தாள்.

கணிதம் மற்றும் இயற்பியல் சார்ந்த எந்த புத்தகத்தையும் அவள் விட்டபாடில்லை. கையில் கிடைத்த புத்தகங்களைப் படித்துக் கொண்டும் வந்தாள். அவள் ஈட்டிய பணம் மருத்துவம் படிக்கும் அக்காவுக்கு போதுமாக இருந்தது. ஓரிரு வருடங்கள் இல்லை.... ஐந்து வருடங்கள் அவள் மருத்துவ படிப்பு முடிக்கும் வரை மரியா பணம் அனுப்பிக் கொண்டிருந்தாள்.

தனது இருபத்தி நான்காம் வயதில் கல்லூரிக்குச் செல்லும் வாய்ப்பு மரியாவுக்கு கிடைத்தது. மீண்டும் மேலே சொன்ன வாக்கியத்தைப் படிக்கவும். ஒன்று இரண்டல்ல.... ஆறு வருடம் என்பது பெரிய காலம். இப்பொழுது ப்ரோனிஸ்லாவின் நேரம். மரியா படிப்பிற்கான செலவை அவள் ஏற்றாள்.

1891 ஆண்டு மரியா பாரிஸ் நகருக்குச் சென்று மேரி க்யூரியாக மாறினார். பிரெஞ்ச் மொழியில் அவர் பெயர் அப்படித் தான் எழுதப்பட்டது. உங்கள் பெயரும்கூடப் பிரெஞ்ச் மொழியில் வேறொன்றாகத் தான் வரும். வந்த கையோடு கல்லூரியிலும் சேர்ந்து விட்டார். எத்தனை வருடக் கனவு நிஜமானது என்று மனம் முழுக்க ஆனந்தம். தன்னிடம் இருக்கிற துணிகளை அணிந்து குளிரைச் சமாளித்தார்.

இத்தனை காலம் தொடர்ந்து படித்தது எல்லாம் ஒன்றுமில்லை என்பதை உணர்ந்தார். மற்ற மாணவர்களைவிட, தான் மிகவும் பின்தங்கியிருப்பதைப் புரிந்து கொண்டார். இதற்காக மனத்தை விட்டுவிடவில்லை. இரவும் பகலும் வேறெந்த நினைவுமில்லாமல் படித்தார். பல முறை உணவை மறந்து அவர் உழைத்தார். மயக்கம் போட்டும் விழுந்தார். அடி மேல் அடி வைத்து, விட்ட பாடங்களையெல்லாம் படித்து முடித்தார்.

அவரது உழைப்பும் பொறுமையும் வீண் போகவில்லை. 1893-ஆம் ஆண்டு இயற்பியலில் முதுகலைப் பட்டம் பெற்ற முதல் பெண்ணாக வந்தார். அடுத்த ஆண்டு கணிதத்தில். இது எப்படிச் சாத்தியம் என்று குழப்பம் அடைபவர்களுக்கு ஒரு செய்தி. இன்றும் பல ஐரோப்பிய நாடுகளில் இரண்டு பட்டங்களை ஒன்றாகப் பெறமுடியும். அப்படித் தான் மேரி க்யூரிக்கும் இரண்டு பட்டங்கள் இரண்டு பிரிவுகளில் கிடைத்தன. கணிதம் படிக்கப் பணம் போதாமை இருந்தது. உடன் இருந்த பிரெஞ்ச் விஞ்ஞானி மேரி, தொடர்ந்து படித்து முடிக்க ஸ்காலர்ஷிப் வாங்கிக் கொடுத்தார்.

இதற்கிடையில் இயற்பியலில் அவருக்கு ஆராய்ச்சி ஒன்று செய்ய வாய்ப்புக் கிடைத்தது. அதைச் செய்ய வேண்டுமென்றால் லேப் வேண்டும். அடிப்படைத் தேவைகளுக்கே ததிங்கினத்தோம். ஆராய்ச்சிக்கு இடம் என்பதெல்லாம் சாத்தியப்படுமா? மேரி தன்னாலான எல்லா முயற்சியும் செய்தார். அப்பொழுதுதான் போலந்து இயற்பியலாளருடன் சேர்ந்து ஆராய்ச்சி செய்யும் வாய்ப்பு கிடைத்தது.

ஆய்வுக்கூட வசதி ஏதும் கிடைக்காத நிலையில் சார்போன் பல்கலைக்கழகத்தின் பழைய சரக்கு அறை ஒன்றை ஆய்வுக்கூடமாக்கிக் கொண்டனர். இருவரும் சேர்ந்து கதிர்களை வெளியிடும் புதிய வேதித்தனிமங்களைக் கண்டுபிடித்தனர் . யுரேனியத்தில் இருக்கும் ஒரு தாதுப் பொருளான பிட்ச் பிளண்ட்டில்தான் ஆராய்ச்சி. மிக கடுமையான ஆராய்ச்சியின் விளைவாக கதிர்வீசும் தனிமம் ஒன்றைக் கண்டுபிடித்தனர். தன் தாய்நாட்டின் நினைவாக அதற்கு 'பொலோனியம்' என பெயர்சூட்டினார் மேரிகியூரி.

இது குறித்த ஆய்வுக்கட்டுரையில்தான் முதன்முதலாகக் 'கதிரியக்கம்' *(Radio active)* என்ற சொல்லை அறிமுகப்படுத்தினார். மேலும் ஆராய்ச்சிகள் தொடர்ந்தன அதிக கதிர்வீசும் இன்னொரு தனிமத்தைக் கண்டுபிடித்தார். அதற்கு 'ரேடியம்' எனப் பெயரிட்டார். அந்த ஆராய்ச்சியில் அவருடைய வருங்காலக் கணவர் பியரி க்யூரியைச் சந்திக்கும் வாய்ப்பும் கிடைத்தது. 1903-ல் பியரி கியூரி, ஹென்றி பெக்குரல் ஆகியோருடன் கூட்டாக இயற்பியலுக்கான நோபல் பரிசு தரப்பட்டது. நோபல் பரிசு பெற்ற முதல் பெண் ஆனார் மேரி கியூரி.

அவர்கள் இருவரும் சேர்ந்து இயற்பியல் துறையில் செய்த சாதனைகள், வாங்கிய நோபல் பரிசு என்பவையெல்லாம் உலகம் அறிந்த ஒன்று. கல்வி தடை செய்யப்பட்ட சூழலில் படித்தார். பொருளாதார அழுத்த‌ததால் ஆறுவருடம் கழித்து விடாமுயற்சியோடு கல்லூரிக்குச் சென்றார். நோபல் பரிசு வென்ற மேரி க்யூரியிடமிருந்த மனத்திடத்தையும் தெளிவையும் மாணவர்கள் மட்டுமில்லை.... சாதிக்க நினைக்கும் அனைவரும் கற்றுக் கொள்ள வேண்டும்.

2. சித்ரா – ஒரு சாமானிய நட்சத்திரம்

மும்பையிலிருந்து பெங்களூரை நோக்கி உத்யான் எக்ஸ்ப்ரஸ் வேகமாக வந்து கொண்டிருந்தது. பெங்களூரிலிருந்து கிட்டத்தட்ட அறுநூறு கிலோமீட்டர் தொலைவில் இருக்கும் பிதார் என்ற ஸ்டேஷனில் அந்த இரயிலின் வேகம் குறைந்து சில நிமிடம் நின்றது.

கோடைக் காலம் என்பதால் விவசாயிகள் முதல் பல இளைஞர்கள் பெங்களூர் போகும் அந்த இரயிலில் ஏறிக் கொண்டார்கள். அனைவருடைய குறிக்கோளும் பணம் சம்பாதிக்க வேண்டும் என்பது மட்டுமே. சிலர் ஒற்றைக் காலில் நின்று கொண்டு கம்பியை பிடித்துக் கொண்டார்கள். இந்தக் கூட்டத்தில் முதல் முறை நகரத்தை பார்க்கப் போகும் சிலரும் இருந்தார்கள். இந்த நெரிசலில்தான் இந்தக் கட்டுரையின் கதாநாயகி கூட்டத்தோடு கூட்டமாக ஏறிக் கொண்டாள். கதாநாயகி என்று சொன்னவுடன் பெரிய மனுஷி என்று நினைத்து விட வேண்டாம். பன்னிரண்டு பதிமூன்று வயதிருந்தால் அதிகம். அவள் அந்த நெரிசலில் யார் கவனிப்புக்கும் சிக்காமல் போயிருந்தாள். அவள் கிழிந்த பாவாடை சட்டையும், பரட்டை முடியுமாய் அலங்கோலமாக இருந்தாள். அவள் உடம்பில் சில இடங்களில் அடிபட்ட காயங்களும் இருந்தன.

சட்டென்று யார் கண்ணில் பட்டாலும் அவள் பிச்சை எடுக்கும் சிறுமி என்று நினைப்பது நிச்சயம். பார்க்க மட்டும்தான் அப்படி. ஆனால் அவள் பிச்சை எடுப்பவள் அல்ல. அவள் பிறந்தவுடன் தாயை இழந்து விட்டாள். தந்தை மறுமணம் செய்து புது அம்மாவை அழைத்து வந்தார். வந்தவள் சினிமாக்களில் காட்டும் சித்தியைப் போலவே சித்திரவதை செய்ய ஆரம்பித்தாள். அந்தச் சிறுமிக்கு விளையாட இரண்டு தம்பிப் பாப்பா கிடைத்தார்கள். அந்தக் குழந்தைக்கு வாழ்க்கை நரகமாக இருந்தாலும் அவளுடைய அப்பா, தம்பி என்று நாள்கள் சென்று கொண்டிருந்தன. நரகமான வாழ்க்கை தந்தை இறந்த பிறகு இன்னமுமே மோசமானதாக மாறியது. சித்தியின் கொடுமையை அந்தச் சின்ன உடம்பால் தாங்க முடியவில்லை. அவளுக்கு பிச்சை எடுக்கத் தெரியாது. அதற்காக அவள் இரயிலில் ஏறவில்லை. அவள் சித்தியின் அடியிலிருந்தும் சித்திரவதையில் இருந்தும் தப்பிக்கவே அன்று அந்த நெரிசலில் அவளும் ஏறியிருக்க வேண்டும்.

இரயில் பெட்டி, ஓர் ஈ காக்காவுக்கும் இடமில்லாதது போல் மனிதர்களால் உப்பிக் கொண்டிருந்தது. பயணச்சீட்டைப் பரிசோதனை செய்யப் பரிசோதகர் வந்து கொண்டிருந்தார். சிலரிடம் பயணசீட்டு இருந்தாலும் முன்பதிவு இல்லை. சிலரிடம் பயணச் சீட்டே இல்லை. பலர் பரிசோதகரிடம் கெஞ்சிக் கொண்டிருந்தார்கள். இரவின் இருட்டு இரயிலின் இருபுறமும் வேகமாக வந்து கொண்டிருந்தது. பரிசோதகரின் எரிச்சலும் கோபமும் இரயில் பெட்டியில் நின்று கொண்டிருப்பவர்களிடம் படர்ந்து கொண்டிருந்தது. அப்பொழுது அவரது கண்களில் பட்டாள் அந்தச் சிறுமி. பார்த்தவுடன் அவள் பயணச் சீட்டு இல்லாமல் வந்திருப்பது தெரிந்தது. அவருக்குள் பொங்கிய எரிச்சலை அவள் பக்கம் திருப்பினார்.

“எங்கே, பயணச் சீட்டைக் காட்டு” என்று சத்தமாகவும் கோபமாகவும் கேட்டார். .அவள் அமைதியாக நின்றாள்.

“அடுத்த ஸ்டேஷன்ல இறங்குகிற வேலையைப் பாரு” என்று கூச்சலிட்டார். அந்தச் சமயத்தில் அந்தப் பெட்டியில் பயணம் செய்து கொண்டிருந்த ஒரு நடுவயது பெண்மணி, சிறுமிக்காகப் பேசினார்.

“அந்தச் சிறுமிக்கு நான் டிக்கெட் எடுக்கிறேன்”.

“அதெல்லாம் வேண்டாம் மேடம். அவ கைல பத்து ரூபாய் கொடுத்தா அவ சந்தோஷப்படுவா. நான் அடுத்த ஸ்டேஷனில் இறக்கி போலீஸ் கிட்ட ஒப்படைத்துவிடுவேன். அவங்க ஏதாவது அநாதை ஆசிரமத்தில் சேர்த்துடுவாங்க”.

“இல்லை... வந்து...”.

“என் அனுபவத்தில் சொல்றேன் மேடம். பிச்சை எடுக்க இப்படி ஏறுவார்கள். போகிற இடம் வந்தவுடன் இறங்கிக் கொள்வார்கள்.”

அடுத்து வரும் வாடி ஜங்ஷனில் அவளை இறக்கச் செக்கர் தயாராக இருந்தார். ஆனால் அந்த இரவில் அந்தச் சிறுமியை அங்கு விட்டுச் செல்ல பெண்மணிக்கு மனம் கேட்கவில்லை.

“இல்ல, நான் அவ பயணத்துக்குச் சீட்டு எடுக்கறேன்.”

எரிச்சலானர் பரிசோதகர். அப்படியானால் மும்பயைலிருந்து பெங்களூரு வரை முழுப் பயணத்திற்கான பணம் கட்ட வேண்டும், அபராதமும் உண்டு. என்று சொல்லிவிட்டார். எல்லாவற்றுக்கும் அந்த பெண்மணி தலையாட்டி, பணத்தைக் கட்டினார்.

அந்தச் சிறுமிக்கு ஓர் இருக்கையும் பார்த்துக் கொடுத்தார். அவர் கேட்ட எந்த வினாவிற்கும் அவள் விடை கொடுக்கவில்லை. மணி போன்ற கண்களில் சோகம் மட்டும் நிரம்பி வழிந்தது.

அவளுக்குச் சாப்பாடு வாங்கிக் கொடுத்துவிட்டு, “உன் கையில் இப்ப பயணச்சீட்டு இருக்கு. உனக்கு எங்க போகணுமோ அங்கே இறங்கிக் கொள்” என்று சொல்லிவிட்டு அந்தப் பெண்மணி உறங்கிவிட்டார்.

விடியற்காலை எழுந்தவுடன் அந்தச் சிறுமி இறங்கியிருப்பாள் என்ற அவரது நினைப்பு பொய்யானது. அவளுக்கு வாங்கிக் கொடுத்த உணவைச் சாப்பிட்டு ஆழ்ந்த உறக்கத்திலிருந்தாள். நல்லவேளை... சாப்பிட்டு இருக்கிறாள் என்று அந்தப் பெண் நிம்மதி கொள்கிறார்.

பெங்களூர் ஸ்டேஷன் வருகிறது. அனைவரும் இறங்குகிறார்கள். அந்தப் பெண்ணும் இறங்குகிறார். ஆனால் தன்னை யாரோ பார்த்துக் கொண்டிருப்பது போல் தெரிய, திரும்பிப் பார்க்கிறார். அந்தச் சிறுமி எதுவும் சொல்லாமல் அந்தப் பெண்ணை வைத்த

கண் வாங்காமல் பார்த்துக் கொண்டிருக்கிறாள். 'அய்யோ... வாடி ஜங்ஷனில் தனியாக இறக்கிவிட மனமில்லாமால் கூப்பிட்டு வந்தோம், எப்படி பெங்களூருவில் தனியே விடுவது' என்று அவருக்குத் தோன்றியது.

அந்த சிறுமியையும் தன்னுடன் அழைத்துக் கொண்டு தன் நண்பன் நடத்தும் ஆதரவற்றோர் இல்லத்துக்கு அழைத்துச் சென்றார். இரண்டு வாரங்கள் அவளை இங்கே தங்க வைக்க வேண்டும் என்றும் பயணம் முடிந்து வந்தபின் முடிவெடுப்பதாகவும் சொல்லிவிட்டுச் சென்றார். அந்தச் சிறுமியின் பெயர் சித்ரா என்றும் அவள் சித்தியைப் பற்றியும் வரும் வழியில் கேட்டு தெரிந்து கொள்கிறார். அந்தப் பெண்.

இரண்டு வாரம் கழித்து வருகிறார். சித்ரா சந்தோஷமாக அவள் வயதையொத்த குழந்தைகளுடன் விளையாடிக் கொண்டிருக்கிறாள். அவள் நல்ல உடுப்பு உடுத்தி, சரியான உணவு உண்டு மகிழ்வாக இருக்கிறாள் என்பது அந்தப் பெண்ணுக்குத் தெரிகிறது.

அந்த இல்லத்தின் நிர்வாகி, அந்தப் பெண்மணியிடம், சித்ரா மிகவும் சமர்த்தாக இருப்பதாகவும், மற்றவர்களுக்கு உதவும் பண்பும் இருப்பதாகவும் புகழ்கிறார். இல்லத்தின் சுத்தம் செய்யும் வேலைகளிலும் அவள் ஈடுபடுவதாக நற்சான்றிதழ் கொடுக்கிறார். அதுமட்டுமின்றி அவளுக்குப் படிக்க ஆவல் இருப்பதாகவும் கூடுதலாகச் சொல்லி முடிக்கிறார். அந்தப் பெண்ணும் தன்மேல் இருக்கும் பொறுப்பை உணர்ந்து சித்ராவின் படிப்புக்கான அனைத்துச் செலவையும் தானே ஏற்றுக் கொள்வதாக உறுதி கொடுக்கிறார்.

நாள்கள் உருண்டோடிச் செல்கின்றன. சித்ரா பத்தாவது முடிக்கிறாள். அதுவும் எண்பது சதவிகிதத்திற்கு மேல் எடுக்கிறாள். இதற்குக் காரணமான பெண்மணிக்கு சித்ராவின் மதிபெண் பற்றி போன் செய்து சொல்கிறார் அதன் நிர்வாகி. இதைக் கேட்டவுடன் அவரும் அகமகிழ்ந்து அவளை நேரில் சென்று பார்த்து வாழ்த்து சொல்கிறார். மேலும் படிக்க என்ன உதவி வேண்டும் என்றாலும் செய்வதாக சொல்கிறார்.

"மேடம், நான் கம்ப்யூட்டர் சைன்ஸ் டிப்ளமோ படிக்கணும்ன்னு நினைக்கறேன்".

நல்ல யோசனைதான். அதைவிட இன்ஜினியரிங் படித்தால் நல்ல எதிர்காலம் இருக்கிறது என்று அவர்கள் சொல்வதை சித்ரா மறுத்தாள்.

டிப்ளமோ படிக்க வேண்டும் என்பது சித்ராவின் எண்ணம். மூன்று வருடப் படிப்பை முடித்தால், சீக்கிரமே வேலைக்குச் சென்று விடலாம் என்பது அவள் கணக்கு. அந்தப் பெண்ணும் அவள் படிப்பதற்குப் பொருளாதார ரீதியில் உதவி செய்கிறார்.

இரவு பகல் என்று பாராமல் சித்ரா படிக்கிறாள். அவளுக்குப் பாதுகாப்பாக இருக்க ஓர் இடம், படிக்க வைக்க நல்ல மனம் கொண்ட ஒருவரின் ஆதரவு எல்லாம் மில்லியன் டாலருக்குச் சமம். கிடைத்த வாய்ப்பை சிறிதும் சிதறவிடாமல் படிக்கிறாள்.

மூன்று வருடப் படிப்பும் முடிகிறது. அவள் நினைத்ததைப் போல் ஒரு ஐ.டி. நிறுவனத்தில் வேலையும் கிடைக்கிறது. தன் முதல் சம்பளத்தில் தனக்கு உதவிய அந்தப் பெண்ணைப் பார்த்து நன்றி சொல்ல புடைவையும், இனிப்பும் வாங்கிக் கொண்டு செல்கிறாள். அதுமட்டுமின்றி இல்லத்தில் இருக்கும் அனைவருக்கும் ஏதாவது ஒன்றைப் பரிசாக வாங்குகிறாள்.

ஆதரவற்றோர் இல்லத்தில் அவள் இனி இலவசமாக இருக்க முடியாத சூழல். அவள் வாடகை ஒன்றைக் கட்டிவிட்டு பாதுகாப்பாக வேலைக்குச் சென்று வருகிறாள். அதுமட்டுமின்றி எப்பொழுதும் போல் இல்லத்தில் அனைவருக்கும் உதவியாக இருக்கிறாள்.

அவள் வாழ்க்கையில் எதிர்பார்க்காத இன்ப அதிர்ச்சி நடக்கிறது. அவள் வேலை செய்யும் அலுவலகம் அவளை அமெரிக்காவுக்கு அனுப்ப முடிவெடுத்தது. இது தெரிந்தவுடன் முதலில் தனக்கு உதவிய அந்த அம்மாவைத் தொடர்பு கொள்ள முயற்சி செய்கிறாள். ஆனால் அவர் நிறுவனத்தின் வேலையாக தில்லி சென்று இருப்பது தெரிய வருகிறது. எப்படிச் சொல்லாமல் செல்வது என்ற தயக்கம். இன்று போல் வாட்ஸப் எல்லாம் அப்பொழுது இல்லை. பேச வேண்டும் என்றால் லேண்ட் லைன்தான் ஒரே வழி. தன் வழிகாட்டியைத் தொடர்பு கொள்ள அவள் தவிப்பதைப் பார்த்து இல்ல நிர்வாகி உதவுகிறார். தில்லியில் இருக்கும் அவரைத் தொடர்பு கொண்டு விஷயத்தை தெரிவித்துவிட்டு சித்ரா அமெரிக்கா செல்கிறாள்.

போனவள் ஓர் இடத்தில் மட்டும் வேலை செய்யவில்லை. அமெரிக்காவில் பறந்து பறந்து பல மாகாணங்களில் வேலை செய்கிறாள். அவள் வாழ்க்கை முற்றிலும் மாறிவிடுகிறது. இவையெல்லாம் அவள் கடின உழைப்புக்கும் உயர்ந்த எண்ணத்துக்கும் கிடைத்த பலன் என்று அவளைச் சுற்றி இருந்த அனைவரும் பெருமிதம் கொண்டார்கள்.

அன்று அந்த இரயிலில் அந்தப் பெண்மணி உதவாமல் இருந்திருந்தால்... அல்லது இல்லத்தில் இடம் கிடைக்காமல் போயிருந்தால்... எல்லாம் கிடைத்தும் அவள் படிக்க வேண்டும் என்ற இலக்கு இல்லாமல் இருந்திருந்தால்.. அதற்கு உழைக்காமல் இருந்திருந்தால்... அவள் வாழ்க்கை பலர் பயணிக்கும் திசையில் சாதாரணமாகச் சென்றிருக்கும்.

அமெரிக்காவில் நடக்கும் விழாவொன்றுக்கு விருந்தினராக வந்த அந்தப் பெண் இன்ஃபோசிஸ் சேர் பர்சன் சுதா மூர்த்தி. தன் வேலையை முடித்துக் கொண்டு ஹோட்டலில் பணம் கட்டும் இடத்திற்கு செல்கிறார். அங்கு பணம் முன்பே கட்டிவிட்டதாக சொல்கிறார்கள். அவருக்காக காத்துக் கொண்டிருக்கிறார் சித்ரா. பல வருடம் கழித்து அந்தச் சிறுமி மேலும் மேலும் வளர்ந்து அன்று கை கொடுத்த சுதா மூர்த்தியைப் பார்த்து நெகிழ்கிறார்.

சித்ரா, தான் மணந்து கொள்ள இருக்கும் ஜானையும் அறிமுகம் செய்து வைக்கிறார். அவர்கள் இருவரும் தனக்கு வாழ்வளித்த உயர்ந்த மனிதத்தின் கால்களில் விழுந்து ஆசீர்வாதம் வாங்குகிறார்கள்.

சுதா மூர்த்தி தனது வாழ்நாளில் பல ஆயிரம் குழந்தைகளுக்கு உதவி செய்து இருக்கக் கூடும். சுதா மூர்த்தியைப்போல் பலரும் உதவிக் கொண்டிருக்கிறார்கள். அனைவரும் சித்ராவைப்போல் முன்னேறிச் செல்கிறர்களா என்ன..? பெற்றோர்கள், பள்ளி என்று எல்லா வசதிகளையும் பெற்றிருக்கும் பிள்ளைகள் கற்றுக் கொள்ள வேண்டிய முக்கியமான விஷயம் சித்ராவின் விடாமுயற்சியும் தெளிவும்.

3. சுதா மூர்த்தி

சுதந்திரம் கிடைத்து பத்து வருடங்களில் இந்தியாவின் பொருளாதாரம் சொல்லிக் கொள்ளும் நிலையில் இல்லை. சில இடங்களில் பஞ்சம். சில இடங்களில் புரட்சி. சில இடங்களில் அரசியல். அந்தச் சூழலில் சாமனியனின் கனவு வீடும் உணவும் மட்டுமே.

சாமானியன் என்ற வரிசையில் அரசு உத்யோகத்தில் இருந்த ஆசிரியர்கள் முதல் மருத்துவர்கள் வரை அடங்குவார்கள். மருத்துவராக இருந்தாலும், செழிப்பான நகரத்தில் இருந்தால்தான் வசதி. அதே மருத்துவர் கிராமத்தில் இருந்தால் மிடில் க்ளாஸ் என்ற வட்டத்திற்குள் வந்துவிடுவார்.

கர்நாடக மாநிலத்தில் ஹவேரி என்றொரு தாலுகா இருக்கிறது. அந்தத் தாலுகாவில் ஷிகாங் என்ற சின்ன ஊரும் அடங்கும். மருத்துவர் ஆர்.எச். குல்கர்னி தன் குடும்பத்தோடு அங்கு வாழ்ந்து வந்தார். அவரது மனைவி விமலா குல்கர்னி ஆசிரியராகப் பணிபுரிந்து வந்தார். அவர்களுக்கு 1950 -ஆம் ஆண்டு ஆகஸ்ட் மாதம் பத்தொன்பதாம் தேதி மூன்றாவதாக ஒரு பெண் குழந்தை பிறந்தது. அதற்கு சுதா குல்கர்னி என்று பெயர் வைத்தார்கள். அந்தக் காலத்தில் பெண் குழந்தைகள் என்றாலே பாரம்

என்றும், செய்த பாவம் என்ற மனநிலை இருந்தது. எனவே, சுற்றியிருந்தவர்கள் யாவரும் குல்கர்னியை பாவமாக பார்த்தார்கள்.

ஆனால் மருத்துவரின் மனம் பெண் குழந்தைகளால் நிறைவாக இருந்தது. சமூகத்தின் மனநிலை அவரையோ அவர் மனைவியையோ கிஞ்சித்தேனும் மாற்றவில்லை. சுதாவுக்கு ஒரு தம்பிப் பாப்பாவும் பிறந்தது. அப்பொழுதும் குல்கர்னி எந்தவிதப் பாகுபாடுமில்லாமல் குழந்தைகளை முடிந்த அளவு தன் சக்திக்கு ஏற்பச் சிறப்பாக வளர்த்து வந்தார். சிறப்பாக என்று சொன்னதும் நல்ல போஷாக்குடன் வளர்த்து திருமணம் செய்து கொடுத்தார் என்று நினைக்க வேண்டாம். அன்றைய காலத்தில் பெண் குழந்தைகளை நல்ல முறையில் வளர்த்து இருக்கிறார்கள் என்றால் பதினெட்டு வயதில் திருமணம் முடிப்பது.

ஆனால் குல்கர்னியின் வழி தனி வழியாக இருந்தது. கிடைத்த ஊதியத்தில் தன் நான்கு குழந்தைகளையும் நல்ல முறையில் படிக்க வைத்தார். நல்ல மதிப்பெண் கிடைத்தால் ஹோட்டலுக்குச் சென்று மசால் தோசை வாங்கிக் கொடுப்பது வழக்கமாக இருந்தது. அதுவும் வருடத்தில் ஓரிரு முறைகள் மட்டுமே. குழந்தைகள் வீட்டில் சின்னச் சின்ன வேலைகள் செய்வார்கள். அதைத் தாண்டி அவர்களுடைய பொழுதுபோக்கு புத்தகம் வாசிப்பது. குழந்தைகள் பள்ளிப் படிப்பை முடித்துவிட்டு அவரவர் விருப்பம் போல் கல்லூரிக்குச் சென்றார்கள்.

இரண்டு மகள்களும் பள்ளியை முடித்துவிட்டு மருத்துவம் படிக்கப் போனார்கள். பெண்களை மேலும் மேலும் படிக்க வைக்கிறாரே என்கிற புலம்பல் அவரைச் சுற்றி இருந்தது. அதையெல்லாம் அவர் காதில் போட்டிருந்தால் சுதாவின் கனவு நிறைவேறி இருக்காது.

சுதா 1968-ஆம் ஆண்டு பள்ளிப் படிப்பை முடித்துக் கல்லூரிக்குத் தன்னைத் தயாராக்கிக் கொண்டிருந்தார். அவர் சகோதரிகளைப் போல் மருத்துவம் பிடிக்கும் என்று சொல்லியிருந்தால் விஷயம் சாதாரணமாகப் போயிருக்கும். ஆனால் பொறியியல் படிக்க வேண்டும் என்ற ஆசை பதினேழு வயது சுதாவின் மனத்தில் எழுந்து விட்டது. இவையெல்லாம் நடப்பது 1968- ஆம் ஆண்டு என்பதை மனத்தில் நிறுத்திக் கொள்ளவும். அப்பொழுது பெண்கள் படிப்பதே சவாலான விஷயம். இன்ஜினியரிங் படிக்க வேண்டும் என்றால்..? நாலா பக்கமிருந்தும் குல்கர்னிக்கு இலவசமாக

அறிவுரைகள் வந்தன. அவர் கல்வியின் அவசியத்தை நன்றாகத் தெரிந்து வைத்திருந்தார். விமலா குல்கர்னியும் படிப்பின் அவசியம் புரிந்தவராக இருந்தார்- முக்கியமாகப் பெண் கல்வி.

சுதாவின் வித்தியாசமான தேர்வு அவரை வியக்க வைத்தது. சுதாவின் தாத்தவும் ஆசிரியர் என்பதால் சுதாவின் ஆசை அனைவருக்கும் புரிந்தது. குல்கர்னி தனது மகளை அழைத்துக் கொண்டு பல கல்லூரிகளுக்குச் சென்றார். இன்ஜினியரிங் என்றாலே ஆண்களுக்கான பிரிவு என்பதில் அனைவரும் தெளிவாக இருந்தார்கள்.

கர்நாடகாவில் இருக்கும் பி.வி.பி. கல்லூரியில் சுதாவிற்கு இடம் கிடைத்தது. முதலாம் ஆண்டு வகுப்பிற்கு முதல் நாள் சென்ற சுதாவிற்கு அதிர்ச்சி காத்துக் கொண்டிருந்தது. நூற்று நாற்பத்தொன்பது ஆண்களுக்கு நடுவில் ஒற்றைப் பெண்ணாய் சுதா. சுற்றுமுற்றும் பார்த்த சுதாவிற்கு வெறெந்த பெண்ணும் கண்ணுக்குத் தெரியவில்லை. அவர் எடுத்திருந்த பிரிவு எலக்ட்ரிக்கல் அண்ட் எலெக்ட்ரானிக்ஸ். வகுப்பு மாணவர்கள் எல்லாம் வானத்தில் இருந்து வந்த ஏலியனைப் பார்ப்பது போல் சுதாவைப் பார்த்தார்கள். பார்த்தது மட்டுமில்லை. அவரிடமிருந்து தள்ளியே இருந்தார்கள். அன்று வகுப்பு எடுக்க வந்த ஆசிரியர்கள் அனைவரும் ஆண்கள் மட்டுமே. கல்லூரியில் வேறேதாவது துறையில் பெண்கள் இருக்க வாய்ப்பு இருக்கும் அல்லவா? அப்படித்தான் சுதாவும் கல்லூரியைச் சுற்றிப் பார்த்தாள். பெண்கள் இல்லாத உலகம் என்று புரிந்தது.

சரி, வந்த வேலையைப் பார்ப்போம் என்று தானுண்டு தன் படிப்பு உண்டு என்று இருந்தாள். ஆனால் அதெல்லாம் அத்தனை சுலபமில்லை என்பது போகப்போக தெரிந்தது. அவசரத்திற்குப் போக பெண் கழிப்பறை என்று அந்தக் கல்லூரியில் ஒன்றும் இல்லை. பெண்கள் என்றால் இயற்கை உபாதைகள் ஆயிரம் இருக்கும். அதை நாள் முழுக்கச் சமாளிக்க வேண்டும் என்றால் சும்மாவா? சுதா அதையும் சமாளித்தாள். அவள் கல்லூரிக்கு வந்த பிறகாவது பெண்களுக்குக் கழிப்பறை கட்டுவார்கள் என்ற எதிர்பார்ப்பு தவிடுபொடியானது. காரணம் சுதா எப்படியும் இரண்டு மாதங்களில் போய் விடுவாள் என்று ஆசிரியர் முதல் அனைவரும் எதிர்பார்த்தார்கள்.

அவர்கள் எதிர்பார்த்த எதுவும் நடக்கவில்லை. அடுத்த நடவடிக்கையாகக் கல்லூரி, குல்கர்னியை அழைத்தது.

“இங்க பாருங்க டாக்டர், உங்க பொண்ணு இங்க படிக்கணும்ன்னா சில ஷரத்துகள் இருக்கும்” என்றார் தாளாளர்.

ஷரத்துகளைக் கேட்க மகளும் அப்பாவும் தயாரானார்கள்.

முதல் ஷரத்து சுதா புடைவையை மட்டுமே அணிய வேண்டும். சுதாவிற்கு அப்பொழுது பதினேழு வயதென்பதை ஞாபகபடுத்திக் கொள்ளுங்கள்.

இரண்டாம் ஷரத்து கல்லூரி கேண்டீனுக்குப் போகக் கூடாது. ஏனென்றால் அங்கு ஆண்கள் மட்டுமே இருப்பார்கள். மூன்றாவது சுதா யாரிடமும் பேசக் கூடாது.

இந்த மூன்று ஷரத்துகள் போதாதா கல்லூரிக்கு முழுக்குப்போட...? ஆனால் அப்பாவும் மகளும் எல்லாவற்றுக்கும் தலையாட்டினார்கள்.

குல்கர்னியை பார்த்தவர்கள் அவருக்கு நிஜமாக மூளை மழுங்கிப் போய்விட்டது என்கிற முடிவுக்கு வந்தார்கள். சின்னப் பெண் சொல்வதைச் சீரியஸாக எடுத்துக் கொண்டு ஒன்றும் யோசிக்காமல் செய்கிறார் என்ற குற்றச்சாட்டு பலமாக எழுந்தது.

வெற்றி பெறுபவர்களிடம் ஒரு கல்யாண குணம் இருக்கும். அவர்கள் காது, தேவை இல்லாத எதையும் தன்னுள் போட்டுக் கொள்ளாது. சுதா எல்லாத் தடைகளையும் தாண்டிப் படிப்பில் கவனம் செலுத்தினார். தொடர்ந்து விடாமுயற்சியோடு செய்யும் எதற்கும் ஒரு சக்தி இருக்க வேண்டுமல்லவா? முதலாம் ஆண்டில் முதல் மதிப்பெண் எடுத்துத் தன் இடத்தை மிக அழுத்தமாக உறுதி செய்து கொண்டார். இரண்டாம் ஆண்டிலிருந்து சக மாணவர்கள் சுதாவின் நோட்ஸ் கேட்க ஆரம்பித்தார்கள். ஏலியன் போல் பார்த்தவர்கள், உதவும் ஏஞ்சலாகப் பார்க்க ஆரம்பித்தார்கள்.

நான்கு ஆண்டுகள் படிப்பை வெற்றியோடு சுதா முடித்தார். அதற்குச் சாட்சி அவருக்கு அன்றைய கர்நாடக முதலமைச்சர் தேவராஜிடம் இருந்து தங்கப் பதக்கம் கிடைத்தது. அடுத்து என்ன செய்ய வேண்டும் என்று மீண்டும் ஒரு தேடல். எம். டெக். படிக்க முடிவு செய்தார். மகளின் தெளிவு குல்கர்னியைப் பெருமைப்படச் செய்தது.

பெங்களூருவில் இருக்கும் இந்தியன் இன்ஸ்டிடியூட் ஆப் சயன்ஸ் கல்லூரியில் எம்.டெக். கம்ப்யூட்டர் சயன்ஸ் சேருகிறார். ஒருமுறை வெற்றி பெறும் இரகசியம் தெரிந்து கொண்டால் எத்தனை முறை வேண்டுமென்றாலும் அதை நிகழ்த்திக் காட்டலாம். சுதா எம். டெக்.கிலும் தங்கப் பதக்கம் வாங்குகிறார்.

சில நாட்கள் பெண்கள் விடுதியில் சுதா தங்கியிருந்தார். அங்கு தங்கியிருந்த பெண்களில் சிலர் மேற்படிப்புக்காகத் தங்கியிருந்தார்கள். சிலர் பி.எச்டி. படித்துக் கொண்டிருந்தார்கள். சுதாவிற்கும் அந்த ஆசை இருந்தது. படிக்க வேண்டுமென்றால் உலகத்தின் தலைசிறந்த கல்லூரியில் படிக்க வேண்டும் என்று முடிவெடுக்கிறார்.

அவர் நினைத்தது போலவே அமெரிக்காவில் இருக்கும் கல்லூரியிலிருந்து படிக்க உதவித் தொகையோடு அழைப்பு வந்திருந்தது. எல்லாம் ஆசைப்பட்டது போல் சுலபமாக நடந்துவிட்டால்..?

கல்லூரிக்கு வந்தவர் கண்களில் நோட்டீஸ் போர்டில் ஒரு அறிவிப்பு தெரிகிறது. அந்த அறிவிப்பில் இருந்த செய்தி இது தான்,

“திறமையான மாணவர்கள் *TELCO (TATA Eng Locomotive Company)* ஆரம்ப நிலை இன்ஜினியர் வேலைக்கு விணப்பிக்கலாம். இது முற்றிலும் ஆண்களுக்கு மட்டுமே” என்ற நிபந்தனை கூடுதலாக இருக்கிறது.

சுதாவிற்கு அதைப் பார்த்தவுடன் கோபம் சுர்ரென்று தலைக்கு ஏறி இருக்க வேண்டும். இருக்காதா பின்னே..? பெண் என்பதால் ஒவ்வொரு நிலையிலும் அவர் போராடிப் போராடியல்லவா வந்திருக்கிறார்.

விடுதிக்கு வந்தவர் மனதில் அந்த அறிவிப்பின் நிபந்தனை அசௌகரியத்தைக் கொடுத்தது. ஒரு போஸ்ட்கார்ட் எடுக்கிறார். எங்கு அனுப்ப வேண்டும் என்று தெரியவில்லை. டாட்டா நிறுவனத்திலிருந்து வந்திருக்கிறது. எனவே, ஜி.ஆர்.டி.டாட்டா, டெல்கோ, பூனே என்று அனுப்ப வேண்டிய முகவரியை எழுதுகிறார்.

உள்ளே எழுதிய விஷயத்தின் சாராம்சம் இதுதான்.

'மதிப்பிற்குரிய ஜி. ஆர்.டி.டாட்டா அவர்களே, இந்தியா சுதந்திரம் வாங்குவதற்கு முன்பே, இரும்பு, ஸ்டீல், கெமிக்கல் போன்ற நிறுவனங்களை நிறுவி காலத்தின் மிகமிக முன்னோடியாக இருக்கிறீர்கள். ஆனால் பெண்களுக்கு வேலை வாய்ப்பில்லை என்று சொல்வதானது நாட்டைப் பின்னோக்கி இழுத்துச் செல்வதல்லவா?' என்று எழுதி போஸ்ட் செய்து விடுகிறார். 'இதை உங்கள் நிறுவனத்தில் இருந்து எதிர்பார்க்கவில்லை. பெண்களுக்கும் வாய்ப்பு கொடுக்க வேண்டும். பரிசீலனை செய்யவும்' என்று கடிதம் முடிந்தது.

இது அவருக்காக எழுதவில்லை. அவர் அமெரிக்கா போகத் தயாராகிக் கொண்டிருந்தார். மற்றப் பெண்களுக்காக சுதா எழுதியது அது. அந்த போஸ்ட் கார்ட் ஜி.ஆர்.டி டாட்டா கையில் கிடைக்கிறது. கோபமாக மேனேஜரை அழைக்கிறார்.

"அந்தப் பெண் கேட்பது சரிதானே? வாய்ப்புக் கொடுங்கள். நேர் காணலுக்கு கூப்பிடுங்கள். சரியாகப் படவில்லை என்றால் திருப்பி அனுப்புங்கள். ஆனால் வாய்ப்புத்தர வேண்டும்" என்று உத்தரவு போடுகிறார்.

அந்தப் போஸ்ட் கார்ட் விஷயத்தை சுதா முற்றிலும் மறந்து போகிறார். அன்றைய நாள்களில் தொலைபேசி அல்லது தந்திதான் தொடர்பு கொள்ள ஒரே வழி. விடுதியில் தொலைபேசி இல்லை. ஒரு தந்தி வருகிறது. அதில் நேர்காணலுக்கு வரவேண்டும் என்றும் அதனோடு பூனே செல்ல முதல் வகுப்பு இரயில் டிக்கெட்டும் இருந்தது. அந்தச் சமயத்தில் விமான வசதி இல்லை.

விடுதியில் இருந்தவர்கள் எல்லாம் ஒரே உற்சாகத்தில் இருந்தார்கள். காரணம் சுதா நேர்காணலுக்கு செல்வது அல்ல. பூனேயில் முப்பது ரூபாய்க்கு நல்ல நல்ல சேலைகள் கிடைக்கும் என்பதுதான் காரணம். பெண்கள் முப்பது ரூபாய் கொடுத்து, இலவசமாக அவருக்கும் ஒரு சேலை வாங்கிக் கொள்ளச் சொன்னார்கள்.

நேர்காணல் நடக்கிறது. மிகச் சிறப்பாக பதில் கொடுக்கிறார் சுதா. பதில் மட்டுமில்லை.... கேள்வியும் கேட்கிறார்.

"பெண்களைப் புறக்கணிக்க என்ன காரணம்?"

ஷிஃப்ட் முறை என்பதால் பெண்களுக்கு கடினம். அவர்களுக்கு ஏற்ற துறை ஆர் அண்ட் டி என்று கூறியுள்ளார்கள். 'இதே

மனநிலையில் இருந்தால் பெண்களும் முன்னேற போவதில்லை-நாடும்' என்று சுருக்கமாக முடித்துக் கொள்கிறார். சுதாவின் ஆழ்ந்த அறிவிற்கு வேலை கிடைத்து விடுகிறது.

புடைவைகளோடு வந்தாரா என்று தெரியவில்லை. தன் வீட்டிற்குச் சென்று அப்பாவிடம் நடந்த அனைத்தையும் கூறுகிறார். அதை பொறுமையாக கேட்டுக் கொண்டிருந்த குல்கர்னி, "இப்ப என்ன செய்யப் போறே சுதா?"

"நான் பி.எச்டி. படிக்க அமெரிக்கா செல்லப் போகிறேன்."

"அப்ப ஏன் அப்படி ஒரு போஸ்ட் கார்ட் போட்ட? அதுவும் டாட்டாவிற்கு?"

"பெண்கள் என்றால் சும்மாவல்ல என்று காட்டுவதற்கு"

இதைக் கேட்ட குல்கர்னி எரிச்சலடைகிறார். பெண்களுக்காகப் பேசிவிட்டு, வந்த வாய்ப்பை வேண்டாம் என்று சொல்வது தவறு என்பதைப் புரிய வைக்கிறார். அப்பாவின் பேச்சில் இருக்கும் நியாயத்தை புரிந்து கொண்டு, அமெரிக்கக் கல்லூரியில் இருந்த வந்த கடிதத்தை கிழித்து போடுகிறார். டாட்டா அலுவலகதில் வேலைக்குச் சேரும் முதல் பெண்மணி என்ற சிறப்போடு வேலையில் சேருகிறார்.

அவர்தான் 1981-ஆம் ஆண்டு இன்ஃபோசிஸ் நிறுவனத்தைத் தன் கணவர் தொடங்க உறுதுணையாக இருந்தவர்.

4. இந்திரா நூயி

இன்று உலகின் தலைசிறந்த நூறு பெண்களைப் பட்டியலிட்டால் இவர் பெயர் இல்லாமல் இருக்காது. உலகின் தலைசிறந்த நிறுவனங்களின் தலைமைப் பொறுப்பிலிருந்தவர். இந்த உச்சம்தொட அவர் கடந்து வந்த பயணம் லேசானதல்ல.

1955-ஆம் ஆண்டு மதராஸில், நடுத்தரத் தமிழ் குடும்பமொன்றில் இரண்டாவது மகளாகப் பிறந்தார் இந்திரா. தந்தை கிருஷ்ணமூர்த்தி வங்கி ஊழியர். அம்மா சாந்தா வீட்டை நிர்வகித்து வந்தார். அவர்களுடன் ஓய்வுபெற்ற நீதிபதியான தாத்தா. சின்னக் குடும்பம் என்றாலும் விடுமுறை நாள்களில் வெராண்டாவில் போடப்பட்ட மர ஊஞ்சலில் குழந்தைகள் கூட்டம் விளையாடிக் கொண்டிருக்கும். அடுக்களையில் இந்திராவின் அம்மா, அத்தை, மாமி என்று சமையலோடு பாட்டும் பேச்சும் நிறைந்திருக்கும். அப்படியே இன்னொரு பக்கம் ஆண்கள் கூட்டம் கிரிக்கெட்டில் ஆரம்பித்து அரசியல், உலக நடப்பு என்று எல்லா தலைப்புகளும் களைகட்டும்.

ஆனால் சாதாரண நாள்களில் குழந்தைகளின் படிப்பில் அம்மா, தாத்தா, அப்பா என்று கூட்டாக அனைவரும் அக்கறை கொள்வார்கள். தாத்தாவிற்கு ஆங்கில நாளிதழ் வாசித்துக் காட்ட வேண்டும். ஆங்கிலப் புத்தகங்கள் படிக்க வேண்டும்.

புரியவில்லை என்றால் ஆங்கில அகராதியை எடுத்துப் புரட்ட வேண்டும். அப்படியே கர்நாடக இசை, பரதநாட்டியம் கட்டாயம். திருமணத்துக்கு அது அவசியம் என்கிற சொல்லப்படாத விதி பிராமணக் குடும்பங்களிலிருந்தது. அம்மா ஊர் போகும் வழியிலேயே பயணிக்க நினைத்தார். பதினெட்டு வயது ஆனவுடன் மகள்களுக்குத் திருமணம் செய்து அனுப்பிவிட வேண்டும் என்று திடமாக இருந்தார்.

ஹோலி ஏஞ்சல்ஸ் பள்ளிப்படிப்பை முடித்த இந்திரா, அக்கா சந்திரிகா படிக்கும் மெட்ராஸ் கிறிஸ்தவக் கல்லூரியில் வேதியியல் சேர்ந்தார். விளையாட்டில் ஆர்வமாக இருந்த இந்திராவின் யோசனையில் உருவானது பெண்கள் கிரிக்க்கெட் அணி. சென்னையில் நான்கு பெண்கள் அணி சேர்ந்து போட்டிகளும் நடந்தன. இந்திராவின் அம்மாவிற்குப் படிக்க வாய்ப்பு இல்லாவிட்டாலும், வீட்டில் குழந்தைகளிடம், "நீ பிரெசிடெண்ட் ஆனா என்ன பண்ணுவ?", "பிரதமர் ஆனா என்ன பண்ணுவ?" என்று பேச வைத்து அழகு பார்ப்பார். இப்படி வீட்டில் அனைவர் முன்பும் பேசுவது அவர்களுக்குள் தன்னம்பிக்கை வளர்த்தது. அது கல்லூரியில் படிக்கும் நாள்களில் இந்திராவுக்குப் பல சிறந்த வாய்ப்புகளை உருவாக்கியது. தில்லிக்குச் சென்று மாணவர்களுக்கான மாநாட்டில் கலந்து கொண்டது அவற்றில் குறிப்பிடத்தக்கது.

கல்லூரியும் முடிந்தது. அடுத்து என்ன செய்யலாம் என்று யோசனை. *IIM Calcutta*-வில் வணிகம் படிக்க இந்திராவை முடிவு செய்தார். இன்று போல் அன்றும் ஐ.ஐ.எம் மில் சீட் கிடைப்பது கிளிமஞ்சாரோவில் வெறுங்காலில் நடப்பதற்குச் சமம். சந்திரிகா ஏற்கனவே ஐ.ஐ.எம். அகமதாபாத்தில் சேர்ந்திருந்தார். தங்கையிடம் ஒரு விஷயத்தை அன்பாகப் புரிய வைத்தார்.

"இங்க பாரு இந்திரா, ஸ்கூல், காலேஜ் எல்லாம் என் கூடவே நீ இருந்துட்ட. இப்ப தயவுசெய்து அலஹாபாத் வந்துடாத".

உறவுக்காரர்களும் ஐ.ஐ.எம்மில் இடம் கிடைப்பது நோபல் கிடைப்பதற்குச் சமம் என்று சொல்லி வைத்திருந்தார்கள். சும்மா போட்டுத்தான் பார்க்கலாம்... இல்லயெனில் வேலைக்குப் போய்விட வேண்டும் என்று தனக்குள் முடிவு செய்து கொண்டார் இந்திரா.

இத்தனை தூரம் இந்திராவும், சந்திரிகாவும் படிப்பதற்குத் தாத்தாவும், அப்பாவும்தான் முழு காரணம். சாந்தாவைச் சமாதானப்படுத்தி மகள்களின் கனவுகளுக்கு வண்ணம் கொடுத்தார்கள்.

ஆகஸ்ட் மாதம் 1974-ஆம் ஆண்டு அப்பாவுடன் முதல் முறை கல்கத்தாவிற்குச் செல்கிறார் இந்திரா. மக்கள், மொழி, கலாசாரம் எல்லாம் புதிதாக இருந்தன. இருநூறு ஆண்கள் படிக்கும் வகுப்பில் இந்திராவையும் சேர்த்து ஆறு பெண்கள். சூழ்நிலைகள் வேறாக இருந்தாலும் அரிதாகக் கிடைத்த வாய்ப்பைச் சரியாகப் பயன்படுத்திக் கொள்ளப் படிப்பில் கவனம் செலுத்தினார். வீட்டு நினைப்பைவிடத் தாத்தாவின் நினைவுகள் அதிகமாக இருந்தன. அவர் உடல் நிலை சரியில்லாமல் தவறிப்போனது இந்திராவிற்குத் தாங்க முடியாத சோகமாக மாறியது.

அவர் சொல்லிக் கொடுத்த விஷயங்களை மேலும் இறுகப் பற்றிக் கொண்டார். ”எந்த வேலையை எடுத்துக் கொண்டாலும் முழுமையாக மனதை ஈடுபடுத்திச் செய்ய வேண்டும். வாக்குக் கொடுத்து விட்டால், நிறைவேற்ற வேண்டும்”.

ஐ.ஐ.எம்.மில் இரண்டு வருடப் படிப்பு முடிந்தது. வகுப்பில் டாப்பராக வராததால் அன்று பெரிய நிறுவனங்கள் அவரை வேலைக்கு எடுத்துக் கொள்ளவில்லை. இந்திரா மார்கெட்டிங் விஷயத்தில் படு கில்லாடியான மாணவி. அவர் சிறந்த வழிகாட்டியிடம் அனுபவம் பெறவேண்டும் என்று ஆசைப்பட்டார்.

சென்னையிலிருந்த மெட்டூர் பியர்ட்செல் என்ற டெக்ஸ்டைல் நிறுவனத்தில் நேர்காணல் வாய்ப்பு கிடைக்கிறது. வந்திருந்த பல ஆண்களுக்கு நடுவில் தன் பேச்சுத் திறமை, நிர்வாக ஆர்வத்தை வெளிப்படுத்தினார். வேலையும் கிடைத்துவிடுகிறது. சென்னையில் வேலை, வீட்டின் சொகுசு. வேறென்ன வேண்டும்..? நெய்யும் துணியில் பயன்படுத்தப்படும் நூல் முதற்கொண்டு எல்லாவற்றையும் கற்றுக் கொள்கிறார் இந்திரா. பஜார்களுக்குப் போவது, தையல்காரர்களிடம் பேசி தேவையான விஷயங்களைச் சேகரிப்பது என்று களத்தில் இறங்கி வேலை பார்க்கும் திறமை இந்திராவிடம் இருந்தது. சில காரணங்களால் அந்த நிறுவனம் மூடப்படுகிறது.

அடுத்த வேலை மும்பையில் ஜான்ஸன் ஜான்ஸன் நிறுவனத்தில். ஸ்டேஃப்ரீ நேப்கின் பிரிவின் இந்தியாவின் ப்ராடக்ட் மேனேஜராக சேர்கிறார். 1977-ஆம் ஆண்டு பெண்கள் அந்த மூன்று நாள்களில் வெறும் துணிகளை வைத்து நாள்களைத் தள்ளிக் கொண்டிருந்தார்கள். அவர்களிடம் ஸ்டேஃப்ரீ பற்றிப் பேசுவது லேசான காரியமில்லை. முதலில் அந்தப் பொருளின் தரத்தைச் சோதனை செய்ய இந்திரா முடிவு செய்கிறார். தன்னுடன் வேலை பார்க்கும் பெண்களை நேப்கின் உபயோகிக்க வேண்டுகிறார். அதுமட்டுமில்லை.... அவர்கள் உபயோகித்த நேப்கின்களை நிறுவனத்தின் கழிப்பறையில் விடுமாறு சொல்கிறார். அருவறுப்பானதாக இருந்தாலும் அது எப்படி வேலை செய்கிறது, உபயோகிக்கத் தன்மையாக உள்ளதா என்பதையெல்லாம் தெரிந்து கொள்கிறார். அதற்குப் பின் பள்ளி, கல்லூரிகளுக்குச் சென்று ஆசிரியர்களிடமும் அம்மாக்களிடமும் விழிப்புணர்வை ஏற்படுத்துகிறார்.

இவர் வேலையில் மூழ்கியிருந்த சமயத்தில் இவருடன் படித்த சக மாணவர்கள் அமெரிக்காவிற்குச் சென்று வேலை பார்க்க ஆரம்பித்திருந்தார்கள். அமெரிக்காவில் வேலைக்குச் செல்வதற்கு அவசியமில்லை என்பது இந்திராவின் நம்பிக்கை. ஆனால் மேலே படிக்க வாய்ப்பு கிடைத்தால்? வந்த கேள்வியைக் காற்றில் விட்டுவிட்டு வேலையில் மூழ்குகிறார்.

பம்பாயிலிருந்து விடுமுறையின்போது சென்னை செல்கிறார். அமெரிக்க நூலகம் சென்று புத்தகங்களைப் புரட்டும் போது 'யேல் பல்கலைக் கழகம் பற்றிய கட்டுரை கவனத்தை ஈர்க்கிறது. அந்தக் கல்லூரியில் உலக வணிகம் பற்றிய பட்டம் உள்ளது என்ற தகவல் இந்திராவை யோசிக்க வைக்கிறது.

கையோடு யேல் பல்கலைக்கழகத்திற்கு விண்ணப்பம் போட்டுவிட்டு, ஜிமேட் தேர்வும் எழுதி முடிக்கிறார். வீட்டில் யாருக்கும் நம்பிக்கை இல்லை. சும்மா ஆசைக்கு எழுதி இருப்பதாக நினைத்துக் கொண்டார்கள். பல்கலைக்கழகத்திலிருந்து அட்மிஷன் கடிதம் வந்தது. அதற்கும் யாரும் அலட்டிக் கொள்ளவில்லை. காரணம், கட்டணம். சில வாரங்கள் சென்றன. மீண்டும் ஒரு கடிதம். இந்த முறை ஸ்காலர்ஷிப் மட்டும் ஸ்டூண்ட் லோனில் 50 சதவிகிதம் பல்கலைக்கழகமே ஏற்றுக் கொள்வதாக இருந்தது.

மிச்சப் பணத்தை புரட்டுவது அத்தனை எளிதல்ல. இருந்தாலும் புரட்டிவிடலாம் என்ற நம்பிக்கை அப்பாவிற்கு இருந்தது. இந்திராவின் அம்மா பதற்றமாக இருந்தார். இந்தியாவுக்கு வெளியே பெண்ணை அனுப்புவதில் சிறிதும் விருப்பமில்லை. படிப்புக் கடன் இந்திராவின் அப்பாவின் சக்திக்கு எண்ணிப் பார்க்கும் தூரத்தில் இல்லை. எப்படி தன் மகள் கடனை அடைப்பாள்? என்று பல எப்படிகள் எழுந்தன. இறுதியில் அம்மாவும் மகளின் ஆசைக்கு இசைந்தார்.

பம்பாயிலிருந்து போயிங் விமானத்தில் ஏறி நியூயார்க் சென்றார். கனவு நிஜமானது. யேல் பல்கலைக்கழகத்தில் மாணவர்கள் யாரும் வந்திருக்கவில்லை. மாணவர்கள் தங்கும் விடுதியில் இரண்டு நாள்கள் இந்திரா தனியாக இருந்தார். புது இடம். புது மக்கள். புதுக் கலாசாரம். ஆனால் குறி படிப்பு ஒன்றே. அப்பா அம்மாவின் நம்பிக்கை, தாத்தாவின் நினைவுகள், சாதிக்க வேண்டும் என்ற எண்ணம் இவை மட்டுமே அந்த இரண்டு ஆண்டுகளை லேசாக்கியது.

இறுதியாண்டில் இருக்கும் போது ஒரு நிறுவனத்தின் நேர்காணல் வருகிறது. அவர் கையில் மிச்சம் சொச்சமாகச் சரியாக ஐம்பது டாலர் இருந்தது. அதை வைத்து ஒரு சூட் வாங்கிக் கொண்டார். ஆனால் இருபத்தி நான்கு வயதிலும் அம்மா சொன்னது ஞாபகத்துக்கு வர இரண்டு அளவு பெரிதாக வாங்கி இருந்தார். அதற்கு ஏற்ற காலணி வாங்கப் பணம் இல்லை. இருப்பதைப் போட்டுக் கொண்டு போய்விடலாம் என்று விட்டுவிடுகிறார்.

மறுநாள் நேர்காணல். சென்ற இடத்தில் அனைவரும் அவரை கண்டு எள்ளி நகையாடுகிறார்கள் என்று அவருக்குத் தெரிந்தது. எப்படியோ நேர்காணலை முடித்துக் கொண்டு நேராக கெரியர் கவுன்சலர் அறைக்குச் சென்று ஓவென்று அழுகிறார். அவரும் இந்திராவின் உடை சரியில்லாததை உணர்த்துகிறார். அதற்கடுத்த வந்த நேர்காணலில் புடைவையைக் கட்டிக் கொண்டு செல்கிறார். முன்பு சென்ற நேர்காணலிலும் வேலை கிடைத்து, இரண்டாவது சென்றதிலும் வேலை கிடைக்கிறது. இரண்டாவதைத் தேர்வு செய்கிறார். அதுதான் பூஸ் ஆலென்ஸ் என்கிற கன்ஸல்ட்டிங் நிறுவனம். நல்ல கற்றலோடு அங்கு ப்ராஜெக்ட் முடிகிறது. அதற்கிடையில் அவரது வருங்காலக் கணவரான ராஜ் என்பவரைச்

சந்திக்கும் வாய்ப்பு கிடைக்கிறது.

படிப்பை முடித்த கையோடு பெரிய கன்ஸல்ட்டிங் நிறுவனத்தில் ஆறு ஏழு ரவுண்ட் நேர்காணலுக்குப் பின் வேலை சிகாகோவில் கிடைக்கிறது. வேலையில் சேருகிறார். ராஜ் மற்றும் இந்திரா கும்பத்தினர்கள் முன் சிகாகோவில் திருமணம் முடிகிறது. இப்பொழுது இந்திரா நூயி என்று பெயர் மாறுகிறது. நூயி என்பது ராஜின் கிராமத்தின் பெயர். அவர் மாமனாரின் வேண்டுகோளுக்கிணங்க அதைத் தன் பெயருக்குப்பின் சேர்த்துக் கொள்கிறார். இருவரும் சேர்ந்து கிடைக்கும் ஊதியத்தில் படிக்க எடுத்த லோன், வீட்டு வாடகை, பெற்றோர்களுக்கு தலா நூறு டாலரை அனுப்புகிறார்கள்.

வேலையில் இருவரும் மும்முரமாக இருக்கிறார்கள். இப்பொழுது இரண்டு நல்ல சூட்களை இந்திரா வாங்குகிறார். இரண்டை வைத்து நாலு விதமாக சட்டையையும் பேண்டையும் மாற்றி உடுத்திக் கொள்ளலாம். கணவர் ராஜூம் பட்டமேற்படிப்பு இருந்தும் மீண்டும் எம்.பி.ஏ.வில் சேருகிறார். அவர் பார்ட் டைம் கல்லூரிக்குச் சென்று வர இரவு 10:30 ஆகிவிடும். ஆகையால் இருவருக்கும் வேலைகளைத் தாண்டி பார்ட்டி, படம் என்று பொழுதை கழிக்க நேரமிருக்கவில்லை. இதற்கிடையில் அப்பாவின் மரணம் அதுவும் அமெரிக்காவில் நடக்கிறது. அம்மாவும் தம்பியும் பூஜை புனஸ்காரம் முடிக்க இந்தியா செல்கிறார்கள். அப்பொழுது அவரது முதல் மகள் ப்ரீதா கருவில் இருந்தாள். தனியாக எல்லாவற்றையும் சமாளித்துக் கொண்டு வேலைக்கும் போகிறார். அது அவசியமாக இருந்தது.

குழந்தை பிறந்தவுடன் மூன்று மாதம் கழித்து மீண்டும் வேலை. அம்மா, குழந்தையைப் பார்த்துக்கொள்கிறார். இதெல்லாம் அனைவருக்கும் நடப்பதுதான். ஆனால் இந்திரா அலுவலகத்தில் வேலை செய்யும் பாணி தனித்துவமானது. நிறுவனத்திற்கு முழுமையாகச் சரியாக ஒவ்வொரு தீர்வையும் கொடுக்கிறார். இதனால் வேலை செய்யும் நிறுவனம் அவரது திட்டங்களையும், தீர்வுகளையும் முழுமையாக நம்பியிருந்தது.

பிரசவம் நடந்த மறுநாள் அவர் நிறுவனத்தின் சி.இ.ஓ. அழைக்கிறார். “இந்திரா, இந்த ப்ராஜெக்ட்டில் கண்டிப்பாக உன் ஆலோசனை என்ன என்று தெரிய வேண்டும்” என்று சொல்கிறார். அதற்குப்பின்

வீடு வந்து சேர்ந்த இந்திரா தன் டீமை வீட்டுக்கு வரச்சொல்லிச் செய்ய வேண்டியதை விளக்குகிறார். அதுமட்டுமின்றி என்ன நடந்து கொண்டிருக்கிறது என்பதைக் கவனித்தும் வந்தார். இப்படிச் செய்யச் சொல்லி யாரும் அவரிடம் சொல்லவில்லை. அதுதான் இந்திரா வேலையில் மூழ்கும் நிலை. மகளை அம்மா இல்லாத ஆறு மாதங்கள் பார்த்துக் கொள்வது சவாலாக இருந்தது. ராஜ் மற்றும் இந்திரா முடிந்தளவு சமாளித்தார்கள். இரண்டாவது குழந்தையும் பிறந்தது. அவள் பெயர் தாரா.

மோட்டோரோலா நிறுவனத்தில் நல்ல வேலை கிடைக்கிறது. போகும் இடமெல்லாம் தன் முத்திரையைப் பதிக்க உழைப்பு இருந்தது. எத்தனை மணிக்கு வீடு சென்றாலும் மகள்களுடன் இருப்பது முதன்மையாக இருந்தது. அவர்களுக்கு வேண்டியதைச் செய்ய அவர் முடிந்தளவு தட்டிக் கழித்தது இல்லை.

பள்ளியிலிருந்து மகளுக்குக் கால் சுளுக்கிக் கொண்டது என்றாலும் ஓடிப்போய் முதல் ஆளாக இருந்து மகளின் நிலையைத் தெரிந்து கொள்வார். முக்கியமான சந்திப்பில் இருக்கும் போது மகள்களிடம் இருந்து அழைப்பு வந்தால்- அதை எடுக்காமலிருந்ததில்லை. 'சில நிமிடங்களில் வருகிறேன். என் மகள்கள் அழைக்கிறார்கள்' என்று சொல்லிவிடுவார்.

மோட்டோரோலாவில் நல்ல நிலை இருந்தாலும்கூட அவர் சொல்லும் திட்டம் நிறைவேறப் பல ஆண்டுகள் எடுக்கலாம் என்று அதிருப்தி மட்டும் உள்ளுக்குள் இருந்து கொண்டிருந்தது. ஆனால் வாழ்க்கை அதன் வழியில் போனது. அப்பொழுதுதான் அவர் ஆசான் ஜிரால்ட்டிடம் இருந்து அழைப்பு. ஏ.பி.பி.யில் வந்துசேர வேண்டும் என்று சொன்னார். இப்பொழுதுதான் வீடு, மகள்கள், கணவனின் வேலை என்று சரியாகப் போய் கொண்டிருக்கிறது. இப்பொழுது எப்படி இடம் மாறுவது என்ற யோசனையில் வேண்டாம் என்று சொல்லிவிடுகிறார். மனைவிக்கு அங்கு போனால் நல்ல வேலை இருக்கிறது என்று தெரிந்து ராஜ் அவரையும், மகள்களையும் அனுப்புகிறார். அவ்வப்போது போய் பார்த்தவர், சில மாதங்களில் வேலையை விட்டுவிட்டு இந்திராவிற்குத் துணையாக நிற்கிறார்.

ஜெரால்டுக்குப் பின் வேறு மேனேஜர் வருகிறார். வந்தவர் முன்பு வேலை பார்த்த சிலரை அழைத்து வருகிறார். சின்னக் காரணமோ,

பெரிய காரணமோ... இந்திராவுக்கு ஒத்துப் போகவில்லை. வேலையை விடுகிறார். மீண்டும் பல நிறுவனங்கள் இந்திராவை அழைக்கிறார்கள். அவருக்கு மகள்களையும் கணவனையும் விட்டுச் சென்று வேலை பார்க்க விருப்பமில்லை. அப்பொழுது தான் பெப்சிகோ நிறுவனம் அவரை அழைக்கிறது.

பெப்சிகோ என்றால் வெறும் கூல்டிரிங்க்ஸ் அல்ல, நிறைய உணவுப் பொருள்களின் பிரிவுகள் இருந்தன. இது முற்றிலும் புதிய பாதையாக இருக்கிறது என்று முதலில் யோசித்தார் இந்திரா. சரி, எப்படி இருந்தாலும் கற்றுக் கொண்டு செய்துவிடலாம். குடும்பம் ஒன்றாக இருக்கும். மகள்களின் அருகாமை முக்கியமாக இருந்தது. அப்படித்தான் பெப்சிகோ நிறுவனத்தில் வேலையில் சேருகிறார்.

இந்திரா தலைமை நிர்வாக அதிகாரியாக இருந்தபோது, பெப்சிகோவின் வருவாய் 80 சதவீதத்திற்கும் மேலாக வளர்ச்சியடைந்தது. ஒவ்வொரு வருடமும் ஒரு புதிய பில்லியன் டாலர் பிராண்டைச் சேர்த்தது. இவையெல்லாம் இந்திராவின் திறமைக்குக் கிடைத்த வெற்றி. பன்னிரண்டு ஆண்டுகள் பெப்சிகோவைத் தன் திட்டங்கள் மூலம் உயர்த்தினார். 2006-ஆம் ஆண்டு அவரை சி.இ.ஓ. பதவி தேடி வந்தது.

இதைத் தெரிந்து கொண்ட இந்திரா, மகிழ்ச்சியில் வீட்டுக்குச் செல்கிறார். ராஜிடம், அம்மாவிடம், மகள்களிடம் சொல்ல வேண்டும் என்று வேகமாகச் சென்று வண்டியை நிறுத்திவிட்டு கதவைத் தட்டுகிறார். அவர் அம்மா சாந்தா, சாந்தமாகக் கதவைத் திறந்து முதலில் பால் வாங்கி வரும்படி கூறுகிறார்.

"அம்மா,அலுவலகம் பற்றிய முக்கியமான செய்தியை முதலில் சொல்ல வேண்டும்" என்கிறார் இந்திரா.

"முதலில் பால் வாங்கிவிட்டு வா, வேலையாட்களும் வீட்டில் இல்லை, ராஜ் உறங்கிக் கொண்டிருக்கிறார்."

சரியென்று பால் வாங்கி வந்தபின் விஷயத்தை வீட்டில் சொல்கிறார், அவர் அம்மாவிடம். "ஒரு பெரும் நிறுவனத்தின் சி.இ.ஓ.விடம் பால் வாங்கிக் கொண்டு வர சொல்லிட்டியே அம்மா" என்று விளையாட்டாக வம்புக்கு இழுக்கிறார்.

“இந்திரா, நீ பெரிய சி.இ.ஓ.வாக இருந்தாலும் எனக்கு முதலில் மகள், பின் தாய், மனைவி. வீட்டிற்கு வரும்முன் மற்ற அனைத்தையும் வெளியே விட்டுவிட்டு வரவும்”.

இந்திரா இந்த உச்சத்தைத் தொடக் காரணம் ஒரு பக்கம் திறமை, உழைப்பு. அதைப் போலவே குடும்பத்தை நிர்வகிப்பதிலும் ஒரு தாயாக, மனைவியாக, மகளாக, மருமகளாகச் சிறப்பாகவே செய்து வருகிறார்.

5. எம்.எஸ் சுப்புலக்ஷ்மி

வரலாறு முழுக்கத் தேர்ந்த இசை மேதைகள் வாழ்ந்து வந்த பூமியாகத் தென்னிந்தியா திகழ்கிறது. கர்நாடக சங்கீதம் என்றால் தியாகப் பிரம்மம், முத்துசுவாமி தீட்சிதர், ஷியாமா சாஸ்திரிகள், செம்மங்குடி சீனிவாச அய்யர் என்று பட்டியல் நீண்டு கொண்டே போகும். ஆனால் இவர்களைக் கர்நாடக இசை சார்ந்த சமூகத்திற்கு மட்டுமே நன்கு தெரியும். ராகம் தாளம் என்று எந்த வாசனையும் இல்லாத சாமன்ய மக்களிடம் கர்நாடக இசை பற்றிக் கேட்டால், யோசிக்காமல் எம்.எஸ்.சுப்புலட்சுமி என்று சொல்லிவிடுவார்கள்.

நூற்றாண்டுக் காலமாக இசையின் அரசியாக இன்றும் நம்முடன் வாழ்ந்து கொண்டிருக்கிறார். திருப்பதியில் பிரம்ம முகூர்த்தத்தின் சமயம் ஒலிக்கப்படும் முதல் பாடல் எம்.எஸ் பாடிய வெங்கடேஸ்வர சுப்ரபாதம். திருப்பதியில் மட்டும் இல்லை... விடியற்காலையில் பல வீடுகளில் எம்.எஸ்.சின் சுப்ரபாதத்தைக் கேட்ட படியேதான் நாளைத் தொடங்குகிறார்கள்.

மதுரை சண்முக வடிவு சுப்புலட்சுமி எம்.எஸ்.ஸாக உருமாற்றம் அடைந்ததற்குப் பின் அவரது ஆத்மார்த்தமான அர்ப்பணிப்பு, சமர்ப்பணம் இருந்தது. இந்தப் பண்புகள் பல இசை மேதைகளிடம் இருப்பவைதான் என்றாலும், அவர் திறமைகள் எல்லாம் ஒரு நோக்கில் கொண்டு செல்ல, சிறந்த வழிகாட்டியும் அவருடன் கணவரென்ற உறவில் இருந்தார்.

1916-ஆம் ஆண்டு மதுரையில் தேவதாசிப் பின்புலம் கொண்ட குடும்பத்தில் வீணை சண்முகவடிவுக்கு மகளாகப் பிறந்தார். அவரது பாட்டி அக்கம்மாளும் வீணை, வயலின் வாசிப்பதில் தேர்ந்திருந்தார். இசைப் பின்புலம் கொண்ட குடும்பம் என்பதால் சுப்புலட்சுமிக்கு இசையில் ஆர்வம் அதிகமாக இருந்தது.

காந்தியடிகள் சுதந்திரப் போராட்டத்திலும், கலை சார்ந்த விழிப்புணர்வு ஏற்படுத்தும் துறையிலும் பெண்கள் வரவேண்டும் என்று முயற்சி செய்து வந்த காலம்.

மதுரையில் இருக்கும் சேதுபதி உயர்நிலைப் பள்ளியில் வீணைக் கச்சேரியில் பாடிக் கொண்டிருந்த சண்முகவடிவு கச்சேரியை நிறுத்திக் கொள்கிறார். மேடைக்குத் தன்னுடைய பத்து வயது மகளை அழைத்துப் பாடச் சொல்ல, ஹிந்துஸ்தானி ராகத்தில் 'ஆனந்தா ஜா' என்ற மராட்டியப் பாடலை சிறப்பாகப் பாடுகிறார். அவர் முறையாகக் கர்நாடக சங்கீதத்தை செம்மங்குடி சீனிவாச ஐயரிடமும், ஹிந்துஸ்தானி இசையைப் பண்டித நாராயண் ராவிடமும் கற்கிறார்.

தனது பதினொன்றாம் வயதில் முதன்முதலில் திருச்சியில் உள்ள ராக்ஃபோர்ட் கோயிலில் நடக்கும் கச்சேரியில் பாடுகிறார். அப்பொழுது மிருதங்கம் தஷ்ணாமூர்த்தி வாசிக்க வயலினில் மைசூர் சொவ்தியா இசை மீட்டினார். மகளின் ஆர்வமும் சங்கீத ஞானமும் பார்த்துப் பரவசமான சண்முகவடிவு மகளை அழைத்துக் கொண்டு சென்னை சென்றார். தனது வீணையிசையைப் பதிவு செய்து இசைத்தட்டாகக் கொண்டுவந்தார். அதை டுவின் இசை நிறுவனம் வெளியிட்டது. அப்படியே சுப்புலட்சுமியை 'மரகத வடிவு' மற்றும் 'செங்கதிர் வேலன்' பாடவைத்து இசைத்தட்டுகள் வெளிவருகின்றன. அதில் பாடியவர் சுப்புலட்சுமி, பத்து வயது என்று போடப்பட்டது.

மெட்ராஸ் மியூசிக் அகடெமியில் பெண்கள் பார்வையாளர்களாக மட்டுமே வருவார்கள். ஆனால் சங்கீதத்தின் மீது சுப்புலட்சுமிக்கு இருந்த ஞானம் ஈஸ்வர ஐயா அவர்களை மிகவும் கவர்ந்தது. பதிமூன்று வயது சுப்புலட்சுமியை வழக்கத்துக்கு மாறாக மேடை ஏற்ற வைத்தது. பஜகோவிந்தம் பாடி பார்வையாளர்களைப் பரவசப்படுத்தினார் சுப்புலட்சுமி. 1935-ஆம் ஆண்டு மைசூர் சமஸ்தானத்தில் மிருதங்க ஜாம்பவான் தக்ஷணா மூர்த்திக்காக எடுத்த மணிவிழாவில் மீண்டும் மேடை ஏறினார்.

பதினாறு வயதில் சுப்புலட்சுமிக்குத் திருமணம் செய்ய சண்முகவடிவு முடிவு செய்கிறார். தேவதாசி பின்புலம் என்பதால் பணக்கார மாப்பிள்ளைக்கு இரண்டாம் தாரமாகப் போவது வழக்கமாக இருந்தது. அம்மாவிடம் எத்தனை மன்றாடியும் ஒன்றும் நடக்கவில்லை. மிகச் சாந்தமான குணம் கொண்ட சுப்புலட்சுமி அன்று மிகத் தைரியமான முடிவை எடுத்து சென்னைக்கு இரயில் ஏறி தனியாக வந்துவிடுகிறார். அவர் வந்து சேர்ந்த இடம் சதாசிவம் வீடு.

சதாசிவம் ஆனந்த விகடனில் விளம்பரம் மற்றும் விற்பனைத் துறையைப் பார்த்துக் கொண்டு இருக்கிறார். சுப்புலட்சுமிக்கு முன்பே சதாசிவத்தின் அறிமுகம் இருந்தது.

சுப்புலட்சுமியின் தாய் போலீசில் எல்லாம் புகார் செய்து எத்தனை முயன்றும் சுப்புலட்சுமியின் முடிவில் எந்த மாற்றமும் இல்லை. அவர் மனதிலும் மூளையிலும் நிறைந்திருந்தது எப்படியாவது இசைத் துறையில் பெரிய இடத்துக்கு வந்துவிட வேண்டும் என்ற எண்ணம் மட்டுமே. அதற்குக் கச்சேரி மட்டும் செய்து கொண்டிருப்பது போதாது என்று தோன்றியது.

அந்தக் காலகட்டத்தில் சினிமாவில் நடிக்க வேண்டும் என்றால் நன்றாகப் பேசமட்டுமில்லை, பாடவும் தெரிந்திருக்க வேண்டும். சுப்புலட்சுமி நடித்து வெளிவந்த முதல் படம் ‘சேவாசதனம்’. அந்தப் படத்தில் சின்னப் பெண் வயதானவரைத் திருமணம் செய்ய வேண்டிய சூழல். சமூகத்தை எதிர்த்துப் போராடும் சின்னப் பெண்ணின் கதை அது. இன்று பேசினால் அது பெரிய விஷயமில்லை. சுதந்திரம் கிடைக்காத காலத்தில் வெளிவந்த அந்தப் படம் புரட்சியாக இருந்தது. அதைத் தொடர்ந்து 1940-ஆம் ஆண்டு ஆங்கிலேய இயக்குநரான எல்லிஸ் ஆர்.டங்கன் ‘சகுந்தலா’ படத்தில் சுப்புலட்சுமி நடிக்க வாய்ப்பு தருகிறார்.

இசை மற்றும் படங்கள் என்று மிகவும் பிஸியாக இருந்த காலத்தில் வாழ்க்கையின் மிக முக்கியமான நிகழ்வும் சுப்புலட்சுமிக்கு நடக்கிறது. முன்பு சதாசிவம் வீட்டில் வந்து தங்கினார் என்று பார்த்தோம் அல்லவா.? அப்பொழுது சதாசிவம் மனைவி அபிதகுசலாம்பாள் தனது இரண்டாம் குழந்தைப் பிரசவத்திற்காக தாய் வீட்டுக்கு சென்றிருந்தார். அதற்குபின் அவர் சில மாதங்களில் காலம் சென்றுவிடுகிறார். சதாசிவத்திற்கு மகள்கள் இருந்தார்கள்.

மனைவி இறந்தபின் மூன்றாண்டுகள் கழித்து சதாசிவத்திற்கும் சுப்புலட்சுமிக்கும் திருமணம் நடைபெற்றது. இதற்கு முக்கியக் காரணமாக இராஜாஜி இருந்திருக்கிறார். சதாசிவம், இராஜாஜிக்கு ஒரு வளர்ப்பு மகன் போல். குழந்தைகளிடமும் சுப்புலட்சுமி பாசமாக இருப்பதை பார்த்தார். அவர்கள் இருவரும் திருமண பந்தத்தில் இணைய வேண்டும் என்பது இராஜாஜியின் ஆசையாக இருந்தது.

இராஜாஜி எழுதிக் கொடுத்த 'குறை ஒன்றும் இல்லை மறைமூர்த்தி கண்ணா' என்ற பாடலை எம்.எஸ். பாடி பல இசை ரசிகர்களின் மனதை வென்று இசைராணியாக இன்றும் இருக்கிறார். ஐக்கிய நாடுகளின் சபையில் இந்தியாவிலிருந்து பாடிய முதல் பெண்மணி என்ற பெருமைக்கு உரியவர் எம்.எஸ்.

திருமணம் முடிந்த பின்னும் படங்களில் நடக்க சுப்புலட்சுமிக்கு வாய்ப்புகள் வந்தன. ராயல் டாக்கீஸ் தயாரித்த 'சாவித்திரி' படத்தில் சாவித்திரியாக நடிக்க வாய்ப்பு வந்தது. அந்த வாய்ப்பை வேண்டாம் என்று நிராகரித்தார். சில நாட்களில் மீண்டும் மனம் மாறுகிறது. ஆனால் அதற்குள் சாவித்திரி கதாபாத்திரம் வேறொருவருக்குத் தந்து விடுகிறார்கள். ஆனால் படம் முழுக்கவும் நாரதர் அதிகம் வருவதால் அந்தக் கதாபாத்திரத்தில் சுப்புலட்சுமி நடிக்க வேண்டும் என்று கேட்டுக் கொள்கிறார்கள்,. அப்படியே அதை நடித்துக் கொடுக்கிறார். அதில் வந்த நாற்பதாயிரம் ரூபாய் பணத்தைக் கல்கி பத்திரிகை நிறுவனம் தொடங்குவதற்கு அவர் கொடுத்துவிட்டதாகச் சொல்லப்படுகிறது.

அதைத் தொடர்ந்து 1945-ஆம் ஆண்டு 'மீரா'வில் சுப்புலட்சுமி நடித்தார். சதாசிவம் தயாரிக்க, எல்லிஸ் ஆர் டங்கன் இயக்க, கல்கி கிருஷ்ணமூர்த்தி கதை, வசனம் எழுதினார். அந்தப் படத்தில் மீராவாகவே சுப்புலட்சுமி மாறியிருந்ததாகப் பல செய்திகள் வந்தன. படத்தயாரிப்பின் போது சில நூறு யானைகளும் குதிரைகளும் தேவைப்படுகின்றன. ஆனால் நிதிநிலைப் பற்றாக்குறை. என்ன செய்வதென்று தெரியவில்லை. இதைக் கேள்விப்பட்ட எம். எஸ்.சின் பரமரசிகரான உதய்பூர் மன்னர் மகாராணா, ஆயிரம் யானைகளையும் குதிரைகளையும் அனுப்பி வைத்து உதவினார். படம் பலமான வரவேற்பைப் பெற்றது. நேருவின் ஆசைக்கிணங்க அந்தப் படம் ஹிந்தியிலும் எடுக்கப்பட்டது. சரோஜினி

நாயுடு தனது நைட்டிங்கேல் பட்டத்தைச் சுப்புலட்சுமிக்குக் கொடுத்து மகிழ்ந்திருக்கிறார். மீராவுக்கு மேல் ஒரு படம் கிடைக்க வாய்ப்பில்லை என்று கல்கி சொன்னதால் உச்சத்தில் இருக்கும்போதே திரைத்துறையிலிருந்து விலகினார் எம்.எஸ்.

அதற்குப்பின் முழுக்க முழுக்க இசை மட்டுமே அவர் சுவாசமாக மாறிப் போனது. அந்த காலகட்டத்தில் கச்சேரி என்றால் மேடையேறி ராகம் தாளம் ஸ்ருதி சேர்த்து அந்த நிமிடத்தில் பாடுவதுதான் வழக்கம். சொல்லப் போனால் ஒவ்வொரு ஊரிலிருந்தும் வெவ்வேறு வித்வான்கள் அந்த நேரத்தில்தான் கூடுவார்கள். கச்சேரி செய்வார்கள். ஆனால் எம்.எஸ். அவரது குழுவோடு பலமுறை ஒத்திகை பார்த்து மேடை ஏறுவார். சதாசிவம் தனது மனைவியின் ஒவ்வொரு அசைவையும் நன்கு அறிந்தவராக இருந்தார். மேடையின் முதல் வரிசையில் உட்கார்ந்து கச்சேரியைப் பார்ப்பார். அவர் முக பாவனையை வைத்து எம். எஸ் பாட்டை எப்படி எடுத்துச் செல்ல வேண்டும் என்று புரிந்து கொள்வார்.

சில சமயங்கள் எம்.எஸ். ஆழமாகச் சுருதி தாளத்தில் லயித்துப் பாடிக் கொண்டிருக்கும் போது, முக்கிய விருந்தினர் யாராவது சீக்கிரம் போக வேண்டும் என்ற சூழல் வந்தால் பஜனையை முன்கூட்டியே பாடச் சொல்லிய தருணங்களும் உண்டு. சுப்புலட்சுமி எதை, எப்பொழுது , எவ்வளவு நிமிடம் பாட வேண்டும் என்பதையும் அவரே தீர்மானித்தார். இதனால் இசையுலகில் பல்வேறு விதமான விமர்சனங்கள் வைக்கப்பட்டன. கலையைக் கட்டுப்பாட்டில் வைத்திருப்பதாகக் குற்றச்சாட்டுகளும் எழுந்தன.

முக்கியமாகச் சதாசிவம், சுப்புலட்சுமியின் போக்கை மட்டுமில்லை கர்நாடக இசையின் போக்கையும் சிறுமைப்படுத்துவதாக டி.எம். கிருஷ்ணன் விமர்சித்தார்.

டி.எம்.மை பொறுத்தவரைக் கர்நாடக இசை என்பது ஒவ்வொரு கச்சேரியிலும் கிடைக்கும் அனுபவம் அந்த பாடகரைச் சரியான காலத்தில் செம்மைப்படுத்தும் என்பது. அதாவது அது ஒரு ப்ராசஸ். ஆனால் பலமுறை ஒத்திகை பார்த்து சுப்புலட்சுமி பாடுவது அவருக்கு ஏற்புடையதாக இருக்கவில்லை. இசை மேதையான டி.எம். கிருஷ்ணன் சொன்னதைப் பலர் ஆமோதித்தார்கள்,

சிலர் ஆட்சேபித்தார்கள். ஆனால் ஒன்று நிச்சயம்... ஒருவேளை சுப்புலட்சுமி டி.எம். சொல்வது போல் இருந்திருந்தால் சிறந்த பாடகராக மட்டுமே வளர்ந்திருப்பார். இந்தியாவின் இசையின் அடையாளமாக, பக்த மீராவாக மாறியிருக்கமாட்டார்.

சதாசிவத்தின் கட்டுப்பாட்டில், வழிகாட்டலில் எம்.எஸ் உயர்ந்தார் என்பது திண்ணம். அந்த உயரத்தை அடைய அவை அனைத்தும் உதவியது என்பது சுப்புலட்சுமியின் நம்பிக்கை. ஒரு நேர்காணலில் எம்.எஸ்.ஸிடம், “சதாசிவம் ஒரு சர்வாதிகாரி போல் உத்தரவு போடுகிறாரே... உங்களுக்குக் கோபமே வராதா?” என்று கேட்கப்படுகிறது. “எனக்கு எப்படிக் கோபம் வரும்? எனக்கு என்ன தேவை, எது சிறந்தது என்று என்னைவிட மாமாவுக்குத் தானே நல்லாத் தெரியும். எனக்கு யாருமேலேயும் கோபம் வராது. மாமா மேலேயும் வராது”

மேலே சொன்ன பதில் மூலம் எம்.எஸ். தன்னை வளர்ப்பது, தனக்குள் இருக்கும் இசையை மெருகேற்ற உதவுவது சதாசிவத்தின் ஆளுமை என்பதை முழுமனதாக நம்பினார் என்று தெரிகிறது.

இன்னொரு நேர்காணலில் சதாசிவத்திடம், “எப்பொழுதும் எந்த நேர்காணல் என்றாலும் நீங்கள் எம்.எஸ். உடன் இருக்கிறீர்கள்,பதிலும் நீங்களே கொடுக்கிறீர்களே” என்று கேட்டதற்கு அவர், “பூவுக்கு மலரத்தான் தெரியும். அதனிடம் சென்று நீ எப்படி மலர்கிறாய் என்றால் எப்படி பதில் சொல்லும்? அப்படித் தான் எம்.எஸ் பாடுகிறாள், நான் சொல்லுகிறேன்” என்றார்.

சதாசிவம், எம்,எஸ் இருவர் கைகளும் கொடை கொடுத்துச் சிவந்த கரங்கள். அவர்களுக்கும் வாழ்வில் போதாத காலம் வந்தது. எல்லாம் கையிலிருந்து போனபின் வாடகை வீட்டில் வசிக்கிறார்கள். அந்தச் சமயத்தில் முதல்வராக இருந்த எம்.ஜி.ஆர் இரண்டு வீடுகளைக் காட்டி, ஏதாவது ஒரு வீட்டை எடுத்துக் கொள்ளுமாறு கூறினார். அரசின் பரிசாகக் கொடுக்கப்படும் என்று தெரிவித்தார். ஆனால் சதாசிவம் அதை மறுத்துவிட்டார். காரணம்... கொடுத்த கைக்கு வாங்கத் தெரியவில்லை.

பரமாச்சாரியார் எப்படியாவது எம்.எஸ். குடும்பத்துக்கு உதவ வேண்டும் என்று எண்ணுகிறார். திருப்பதி தேவஸ்தானத்தில் இருப்பவரை அழைத்து ஏதாவது ஏற்பாடு செய்யும்படி பணிக்கிறார்.

திடீரென்று என்ன செய்வது? என்று அவர்களுக்கும் புரியவில்லை. காரணம் நன்கொடை, அது இது என்று சொல்லிப் பணம் கொடுக்க முடியாது. அதைச் சதாசிவமோ எம்.எஸ்சோ பெற்றுக் கொள்ள மாட்டார்கள்.

ஒரு யோசனை வந்தது. எம்.எஸ்.சுப்புலட்சுமியை அன்னமாச்சாரியார் கீர்த்தனைகளைப் பாட வைத்துப் பதிவு செய்து, ராயல்டி என்று கொடுத்தால்? வாங்கிக் கொள்ள வாய்ப்பு உள்ளது என்று தோன்றுகிறது.

பரமாச்சாரியாரிடம் இந்த யோசனையை திருப்பதி தேவஸ்தானம் சொல்லுகிறது. அதற்கு அவர், ”ராயல்ட்டி அது இது என்று சொல்ல வேண்டாம். ஒவ்வொரு வார்த்தையையும் பார்த்துப் பேசவும்” என்று அனுப்பி விடுகிறார்.

திருப்பதி தேவஸ்தானத்திலிருந்து முக்கியமானவர்கள் கிளம்பி சதாசிவத்தைப் பார்க்கச் செல்கிறார்கள். இதற்கு மேல் எம்.எஸ். சுப்புலட்சுமியை கஷ்டப்படுத்த வேண்டாம் என்று தோன்றுகிறது. மூப்பின் காரணத்தாலும், சுகர் பிரச்சனை இருப்பதாலும் இது சரிவராது. மேலும் அன்னமாச்சாரியர் கீர்த்தனைகளை பாடம் செய்து பாட வேண்டும். இதையெல்லாம் சொல்லி வேண்டாம் என்று சதாசிவம் நிராகரித்துவிடுகிறார். அங்கு வந்த எம்.எஸ். இதைக் கேட்டுவிட்டு, ”பெருமாளுக்கு அதுதான் விருப்பம் என்றால் ஆகட்டுமே” என்கிறார். “அது இல்ல, மீண்டும் அனைத்தையும் பாடம் படிக்க வேண்டும். நேரம் எடுக்கும்” என்று சதாசிவம் புரிய வைக்கிறார்.

“அதனால் என்ன? கற்றுக் கொண்டால் போச்சு” என்று கற்றுக் கொள்ளத் தயாராகிறார் எம்.எஸ். எந்த வயதிலும் கற்றுக் கொள்ள அவர் சலித்துக் கொண்டதே இல்லை. அவரைப் பொறுத்தவரை செய்வது எதுவாக இருந்தாலும் சிறப்பாகச் செய்ய வேண்டும் என்ற எண்ணம் மட்டுமே. தெலுங்குக் கீர்த்தனைகளை கற்றுக் கொண்டு பாடத் தயாராக இருந்தார். இதைப் போலத்தான் காந்திஜி கேட்டுக் கொண்ட பாடலை முதலில் கற்றுக் கொண்டு பின்பு ஆல் இந்தியா ரேடியோவில் அதைப் பாடினார். “ரகுபதி ராகவ ராஜாராம்” என்ற பாடல் அது. எதையும் எப்பொழுதும் கற்றுக் கொள்ள ஆர்வத்துடன் இருப்பது சாதனையாளர்களிடம் இருக்கும் கல்யாண குணம்.

எம்.எஸ்.ஸின் வாழ்க்கை முழுக்க அவருக்குத் தேவையான ஆசிரியர்களை எங்கிருந்தாலும் அழைத்து வந்து பாடம் சொல்லிக் கொடுக்க வைத்தவர் சதாசிவம்.

இசைக்காகத் தன் வாழ்க்கையை இசையாக மாற்றிக் கொண்டவர் எம்.எஸ். இசையின் மிகச் சிறந்த மகசேசே விருது, பத்மபூஷண், பத்ம விபூஷண், பாரத ரத்னா போன்ற உயர்ந்த விருதுகள் அவர் கையில் தவழ்ந்தன.

அதுமட்டுமின்றி திருப்பதி தேவஸ்தானத்தின் ஆஸ்தான வித்துவானாக அவரை நியமிக்கத் தேவஸ்தானம் முடிவு செய்தது. அதுவரை எந்தப் பெண்ணுக்கும் கிடைக்காத இடம் அது. அப்பொழுது எம்.எஸ் தன் குருநாதர் செம்மங்குடி சீனிவாச அய்யருக்கு கிடைக்காததை, மூத்த இசை மேதைகளுக்குக் கிடைக்காததைத் தான் எப்படிப் பெறுவது என்று வருந்தினார். தேவஸ்தானம் எம்.எஸ். மனநிலையைப் புரிந்து கொண்டு செம்மங்குடியாருக்கு ஆஸ்தான வித்துவான் பட்டத்தைக் கொடுத்து பின்பு எம்.எஸ்.சை கௌரவித்தது.

சதாசிவம் இறந்தபின் அவர் கச்சேரி செய்வதை நிறுத்திக் கொண்டார். சூரியன் இந்தப் பூவுலகில் உதிக்கும் வரை எம். எஸ்சின் இசையும் இருக்கும்.

௬. நயன்தாரா

திரைத் துறையில் கதாநாயகர்களுக்கு என்றுமே ஒரே சிம்மாசனம்தான். அவர்கள் வயது இருபது, நாற்பது, ஏன் அறுபது எழுபது தொட்டாலும் கதாநாயகர்களாக எப்பொழுதும் வலம் வரும் யோகம் அவர்களுக்கு உண்டு. ஆனால் கதாநாயகிகளின் கதை வேறு... இருபதுகளில் இருக்கும் போது அழகும் நடிப்பும் கை கூடினால் உச்சத்தில் இருப்பார்கள். முப்பது நாற்பதுக்கெல்லாம் குணச்சித்திர வேடத்திலும், குத்தாட்டம் போட முடிந்தால் இரண்டு குத்தாட்டம் போட்டுவிட்டும் காணாமல் போன கதைகள் ஏராளம். இதிலும் சில விதிவிலக்குக்கள் உண்டு. ஜோதிகா நாற்பதில் கதாநாயகியை முன்னிறுத்தும் கதாபாத்திரத்தில் நடித்தார். திரிஷாவையும் இந்தப் பட்டியலில் சேர்த்துக் கொள்ளலாம்

ஆனால் கிட்டதட்ட இரண்டு தசாப்தங்களாக பல சறுக்கல்கள், ஏமாற்றங்கள், நிராகரிப்புகள் தாண்டி, வெற்றியுடன் பீனிக்ஸ் பறவையாக வலம் வருகிறார் நயந்தாரா.

1984-ஆம் ஆண்டு பெங்களூருவில் இந்திய விமானப்படை அதிகாரி குரியன் கொடியட்டு, ஓமன குரியன் தம்பதிக்கு மகளாகப் பிறந்தார். அந்தக் குழந்தைக்கு டயானா மரியம் குரியன் என்று பெயர் வைத்தார்கள் பெற்றோர்கள். விமானப்படையில் வேலை என்பதால் அவ்வப்போது இடமாற்றம் என்பது தவிர்க்க இயலாத

ஒன்றாக இருந்தது. டயானாவும் அவள் அண்ணன் லீனோவும் வட இந்தியாவில் பல இடங்களில் பள்ளி சென்றார்கள். குரியன் ஓய்வு பெற்றபின் தன் குடும்பத்தோடு கேரளாவில் இருக்கும் சொந்த ஊருக்குத் திரும்பினார். டயானா திருமூலபுரத்தில் இருக்கும் பாலிகாமடம் பெண்கள் உயர் நிலைப் பள்ளியில் சேர்ந்தாள். அதைத் தொடர்ந்து திருவல்லாவில் இருக்கும் மார் தோமா கல்லூரியில் பி.ஏ ஆங்கிலம் படித்தாள். டயானா படித்துக் கொண்டிருக்கும் போதே மாடலிங் மற்றும் வீடியோ ஜாக்கியாக பகுதி நேரங்களில் வேலை பார்த்து வந்திருக்கிறார்.

கைரளி என்ற டிவி சேனலில் அழகுக் குறிப்புகள் பற்றிப் பேசிய வீடியோகள் வலைத்தளத்தில் இருக்கின்றன. சாந்தமான முகம், மழலையில் தெளிவும் சேர்ந்த உச்சரிப்பு, நேர் வகிடு எடுத்த மலையாளச் சாயலை அதில் காணலாம். 2003-ஆம் ஆண்டு எதிர்பாராத சினிமா வாய்ப்பு டயானாவைத் தேடி வந்தது. மலையாளப் பட இயக்குநர் சத்யன் அந்திக்காட், தான் இயக்கும் ‘மனசின்னக்கரே’ என்ற படத்தில் டயானாவைக் கதாநாயகியாக நடிக்க வைக்க ஆசைப் படுகிறார். முதலில் டயானா அதை மறுத்து விடுகிறார். அப்போது அந்தக் கல்லூரி பெண்ணுக்குத் தொலைக்காட்சியில் தலை காட்டுவது ஒரு பொழுதுபோக்கு மட்டுமே. ஆனால் பல யோசனைகளுக்கும் வழக்காட்டல்களுக்கும் பின் அவர் அதில் நடிக்க ஒப்புக் கொள்கிறார். அந்தப் படத்தில் இயக்குநர் வைத்த பெயர்தான் நயன்தாரா. அந்தப் பெயர் அவருக்கு பொருத்தமாக மாறப் பல வருடங்கள் எடுத்தன.

முதல் படம் சக்கைப்போடு போடுகிறது. அடுத்தடுத்து இரண்டு பட வாய்ப்புகள் வந்தன. மலையாள சூப்பர் ஸ்டார் மோகன்லாலுடன் ஜோடி சேர்ந்தார். அவரது அழகும், வெகுளித்தனமான நடிப்பும் அவருக்குப் பல ரசிகர்களைத் தருகிறது. 2005-ஆம் ஆண்டு தமிழில் வெளிவந்த ‘ஐயா’ திரைப்படத்தின் கதாநாயகியாக சரத்குமாருடன் ஜோடி சேர்ந்தார். தமிழ் மக்களுக்கும் அந்த முகம் மற்றும் அப்பாவித்தனமான நடிப்பு பிடித்துவிடுகிறது. அதே ஆண்டு சூப்பர் ஸ்டார் ரஜினிகாந்த்தோடு ‘சந்திரமுகி’யில் நடிக்கும் வாய்ப்பும் கிடைத்தது. அதில் இரண்டாவது கதாநாயகியாக இருந்தாலும் பல கோடி வசூல் செய்த படத்தில் நடித்தது அவர் மார்க்கெட்டை உயர்த்தியது.

தமிழ் மட்டுமின்றி தெலுங்குப் படங்களிலும் வாய்ப்புகள் வந்தன. 2006-ஆம் ஆண்டு லக்ஷ்மி படம் வெளிவந்து பாக்ஸ் ஆபிஸ் ஹிட்டானது. கதாநாயகிகள் வாழ்க்கையின் முதல் பகுதியில் நடக்கும் பரபரப்பு வாய்ப்புகள் நயன்தாராவுக்கும் கிடைத்தன. அதற்குத் தேவையான அழகும் கொஞ்சம் நடிப்பும் அப்போது போதுமானதாக இருந்தது.

இப்படியே எல்லாம் சரியாகச் சீராகப் போயிருக்க வேண்டும். ஆனால் வாழ்க்கை என்றால் வழுக்க வேண்டும் அல்லவா? அதுவும் மேலே ஏறும் போது கண்டிப்பாக யாராவது நம்மைக் கீழே இழுக்க வேண்டும். அப்படி இல்லை என்றால் நிம்மதி. ஆனால் நம் கட்டம் சரியில்லை என்றால் நாமே வழுக்கிக் கீழே போவோம். இது இயற்கையின் விதி. நயனின் கட்டம் ஆட்டம் கண்டது.

குடும்பப் பெண்ணாகச் சாந்தமாக இருந்த நயனுக்கு கவர்ச்சி, உடலைக் கட்டுக்கோப்பாக வைக்கும் வித்தை புரிய ஆரம்பித்திருந்தது. ‘வல்லவன்’ படத்தில் சிம்புவுக்கு ஜோடி சேர்ந்த நேரம் சனி பகவான் ‘இதுதான் சரியான நேரம்’ என்று முடிவு செய்திருக்க வேண்டும். படம் எல்லாம் முன்புபோல் இல்லாவிட்டாலும் சுமாராகப் போனது.

இருவருக்குமிடையில் காதல் நெருப்பு பற்றிக் கொண்டது. நயனின் வயதும், வெகுளித்தனமும் கன்னாபின்னாவென்று காதலிக்கக் கற்றுக் கொடுத்தது. எல்லாம் சரிதான் ஆனால் காதலன் சரியில்லை என்பதைக் காலம் காட்டிக் கொடுத்தது. உண்மையான காதலல்லவா? நயன்தாரா நொறுங்கிப் போனார். அதே சமயத்தில் அவர் நடித்து வெளிவந்த ஈ, தலைமகன் படங்களும் ஹிட்டுக்கு வெளியே இருந்தன.

‘எல்லாம் சரியாகிவிடும். என் காதல் உண்மை. காதலன் தவறு’ என்று சமாதானம் செய்துக் கொண்டு பிழைப்பைப் பார்க்க ஆரம்பித்தார். ‘பில்லா’வில் அவர் முற்றிலும் மாறியிருந்தார். மக்கள் மீண்டும் நயனுக்குப் பலமான வரவேற்பு கொடுத்தார்கள். அதை அடுத்து கொஞ்சம் வித்தியாசமாகப் படங்களைத் தேர்ந்தெடுத்தார். ‘யாரடி நீ மோகினி’யில் கவர்ச்சி துளியும் இல்லாத நாயகியாக வலம் வந்தார். அந்த தைரியம் எல்லா கதாநாயகிகளும் எடுக்கத் தயங்கும் ஒரு முடிவு. சிறந்த நடிகைக்கான விருது அவருக்கு

ஊக்கமளித்தது. அந்தச் சமயத்தில் அவர் நடித்த கன்னட, தெலுங்கு, மலையாளப் படங்களும் ரசிகர்களால் கொண்டாடப்பட்டன.

2009-ஆம் ஆண்டு பிரபுதேவாவுடன் சேர்ந்து 'வில்லு' படத்தில் வேலை செய்தார். மீண்டும் ஒரு காதல் நயன் வாழ்க்கையில் பூத்தது. எல்லாம் சரி... ஆனால் திருமணமாகி இரண்டு குழந்தைகளுக்குத் தகப்பனைக் காதலிக்கிறோம் என்று தெரிந்தும் அவர் செய்ததுதான் இன்னொரு சர்ச்சைக்குக் காரணமாக மாறிப்போனது. மீண்டும் முன்போல் நயன் வாழ்க்கையில் கட்டம் பலமான ஆட்டம் கண்டது. முதல் காதலில் வெகுளியாக இருந்தார். பாடம் படித்தார். ஆனால் படித்த பாடம் தலைகீழாக இருந்திருக்கிறது. காதலுக்குச் சாட்சியாகக் கையில் பிரபு என்று பச்சை குத்திக் கொண்டார். அதுமட்டுமா? டயானா குரியன் ஏசுநாதரை விட்டுவிட்டு இந்து சமயத்துக்கு மாறினார். அது அவரவர் இஷ்டம் என்றாலும் காதலுக்காக எல்லாம் செய்தார். இரண்டு வருடங்கள் பிரபுதேவாவுடன் லிவிங் டுகெதரில் வாழ்ந்தார். இருவரும் திருமணம் செய்வதாகப் பத்திரிக்கைகளுக்குப் பேட்டி கொடுத்தார்கள். எல்லாம் சுபம் என்று சொல்ல முடியாத சூழல்தான் மிஞ்சியது. காரணம் பிரபுதேவாவின் மனைவி விவாகரத்துக் கொடுக்க மறுத்துவிட்டார். பல இழுபறிகளுக்குப் பின் பிரபுதேவாவுக்கு விவாகரத்தும் கிடைத்தது. ஆனால் எல்லாப் போராட்டங்களுக்குப் பின்னரும் இருவரும் மண மேடை ஏறவில்லை. பிரிந்தார்கள். பத்திரிகைகளுக்கும் ஊடகங்களுக்கும் தினம் தினம் தலைப்புச் செய்தி ஆனார். அந்தச் சமயத்தில் அவர் சூர்யாவோடு சேர்ந்து 'ஆதவன்' படத்தில் நடித்துக் கொண்டிருந்தார்.

பெண்கள் பலர் அவர் உருவ பொம்மைக்குத் தீவைத்துத் தங்கள் எதிர்ப்பைத் தெரிவித்தார்கள். காரணம்... ஒரு குடும்பத்தைச் சின்னாபின்னமாக்கி விட்டார் என்ற ஆதங்கம். இவையனைத்திலும் ஒரு ஆணின் பங்கும் சரிபாதி என்ற யோசனை யாரிடத்திலும் இல்லை. எல்லா விஷயங்களிலும் தவறு செய்த ஆண்கள் சுதந்திரமாக இருந்தார்கள். இனி திரைத்துறையில், அதுவும் தமிழ் சினிமாவில் நயன் நடிக்க வாய்ப்பில்லை என்று எல்லாரும் முடிவு செய்தார்கள். அப்படி நடந்திருந்தால் இன்று நயன்தாரா லேடி சூப்பர்ஸ்டாரக இருந்திருக்க மாட்டார்.

தென்னிந்திய மொழிகளில் படங்கள் நடித்துக் கொண்டுதான் இருந்தார். ஆனால் தமிழில் 2010-ஆம் ஆண்டு ‘பாஸ் என்கிற பாஸ்கரன்’ நடித்துவிட்டு மூன்று வருடங்கள் காணாமல் போனார். 2012-இல் பதினொரு மாதங்கள் எந்த மொழியிலும் நடிக்காமல் மௌனம் காத்தார். எல்லாம் முடிந்தது. நயன்தாரா என்ற நட்சத்திரம் ஜொலிப்பதை நிறுத்திக் கொண்டது என்று திரைத் துறையினர் மௌன அஞ்சலி செலுத்தினார்கள்.

மூன்று வருடம் கழித்து புது ஆளாக, புதுப்பொலிவுடன், கம்பீரத்துடன், புது வசீகரத்துடன் ‘ராஜா ராணி’ என்ற படத்தில் 2013-ஆம் ஆண்டு மீண்டும் நயன்தாரா தோன்றினார். தனது சொந்த வாழ்க்கையிலும் திரை வாழ்க்கையிலும் பல சவால்கள், சறுக்கல்களை சந்தித்த நயனின் புதிய அவதாரம் மக்களை சிலிர்க்க செய்தது. ரசிகர்கள் சிவப்புக் கம்பளம் விரித்து வரவேற்றார்கள். அந்த வருடத்தின் தமிழக அரசின் சிறந்த நடிகைக்கான விருது, ஃப்லிம் பேர் சிறந்த நடிகை விருது என்று கொண்டாடப்பட்டார்.

இதைத் தொடர்ந்து ‘கதிர்வேலன் காதல்’, ‘நண்பேண்டா’ போன்ற படங்களில் உதயநிதியுடன் ஜோடி சேர்ந்து தனது மார்க்கெட்டை உயர்த்தினார். காலம் கைகொடுத்தது. அந்த நேரத்தில் வேறு எந்த ஸ்டார் நடிகைகளும் நயனுக்குப் போட்டியாக இல்லாதது சௌகரியமாகிப் போனது.

காதல் தோல்வி, சர்ச்சைகள், ஊடகத்தின் சவால்கள் என்று எல்லாவற்றில் இருந்தும் தன்னை ஒளித்துக் கொண்ட நயன் இந்தக் காலகட்டத்தில் எல்லாவற்றையும் எதிர்கொள்ளத் தயாராக இருந்தார். மிக முதிர்ச்சியான வழியில் பிரச்சனைகளைக் கையாண்டார்.

‘ராஜா ராணி’ மூலம் விஸ்வரூபம் எடுத்த நயன் தொடர்ந்து வெற்றிப் படங்கள் தந்தார். ‘நானும் ரவுடிதான்’ என்ற படம் திரை வாழ்க்கையில் முக்கியமான படமாக அமைந்தது. அவர் தேர்ந்தெடுக்கும் கதைகளும் வித்தியாசமானவையாக, சவாலானவையாக வழமைக்கு மாறுபட்டவையாக இருந்தன.

திரை வாழ்க்கை ராக்கெட் வேகத்தில் உச்சம் தொட்டுக் கொண்டிருந்தது. இப்பொழுது மீண்டும் காதலில் விழுந்தார் நயன். இந்த முறை இயக்குநர் விக்னேஷ் சிவன். இந்தமுறை மிகமிகச்

சரியாக எல்லாம் செய்ய அவருக்கு அனுபவம் இருந்தது. இதே காலகட்டத்தில் தான் சிம்புவுடன் சேர்ந்து ‘இது நம்ம ஆளு’ படத்தில் நடித்தார். இது காலம் தந்த முதிர்ச்சியான சிந்தனை என்று புரிந்து கொள்ளலாம். தனிப்பட்ட வாழ்க்கையையும், திரைவாழ்க்கையையும் பிரித்துப் பார்க்கும் பக்குவம் அவருக்கு வந்தது. கதாநாயகி சார்ந்த கதைகளைத் தேர்ந்தெடுத்து வந்தாலும் அவரை ஒரு மாஸ் ஹீரோயினாக மாற்றியது கோபி நயினார் இயக்கிய ‘அறம்’ படம். இந்த படத்தின் வெற்றிக்குப்பின், கதாநாயகர்கள் இருக்க வேண்டும் என்றோ, கவர்ச்சி இருக்க வேண்டும் என்ற நிபந்தனை எதுவும் இல்லை. கதை மட்டுமே அவர் தேர்வு என்று அனைவரும் புரிந்து கொண்டார்கள்.

இந்த முடிவு தந்த தெளிவில் ‘கோலமாவு கோகிலா’, ’ஐரா’, ‘இமைக்கா நொடிகள்’, ‘விஸ்வாசம்’ போன்ற படங்களில் நடித்து அவர் லேடி சூப்பர் ஸ்டாராக வலம் வந்தார். ‘லேடி சூப்பர் ஸ்டார்’ என்ற அந்தப் பட்டத்துக்குப் பின்னால் அவர் நடிப்பு மட்டும் இல்லை. அவர் எதிர்கொண்ட சறுக்கல்கள், படிப்பினைகள், விழுந்தபின் எழுந்து நின்ற தைரியம் எல்லாம் இருந்தன. நயனை வைத்துப் படம் எடுத்தால் வெற்றி மட்டுமே என்று தயாரிப்பாளர்கள் நம்ப ஆரம்பித்தார்கள்.

2021-ஆவது வருடம் புதிய அவதாரம் எடுத்தார் நயன். காதலன் விக்னேஷுடன் சேர்ந்து ரவுடி பிக்சர்ஸ் தயாரிப்பில் ‘கூழாங்கல்’ படம் எடுக்கப்பட்டது. சிறந்த வெளிநாட்டுத் திரைப்பட பிரிவில் ஆஸ்கர் விருதுக்கு இந்தியா சார்பில் பரிந்துரைக்கப்பட்டது. ஆஸ்கருக்குப் பரிந்துரைக்கப்பட்ட எட்டாவது திரைப்படம் என்ற பெருமையையும் பெற்றது. அதுமட்டுமின்றி ரோட்டர்டாம் திரைப்பட விழாவில் டைகர் விருது பெறும் முதல் தமிழ்ப் படம் என்ற பெருமையும் கிடைத்தது.

காதலர் விக்னேஷ் சிவன் இயக்கத்தில் ‘காத்துவாக்குல ரெண்டு காதல்’ என்ற படத்தில் சமந்தா, விஜய் சேதுபதியோடு சேர்ந்து நடித்தார். அந்தப் படம் 2022-ஆம் ஆண்டு வெளிவந்தது. தென்னிந்திய மொழிகளில் சக்கைப்போடு போட்டுக் கொண்டிருந்தவர், ஷாருக்குடன் சேர்ந்து ஹிந்தியில் ‘ஜவான்’ படத்தில் நடித்து பாலிவுட்டிலும் தன் இடத்தை நிரூபித்துக் கொண்டார்.

வெற்றி, எங்கு திரும்பினாலும் வெற்றி, எதிலும் வெற்றி. வெற்றி மட்டுமே நயனுக்குக் காத்துக் கொண்டிருந்தது. சொந்த வாழ்க்கையும் இப்பொழுது சரிசெய்ய, சமன் செய்ய வேண்டும் என்று நயன் முடிவெடுத்திருக்க வேண்டும். இல்லை ஆசைப்பட்டிருக்க வேண்டும், இறைவனிடம் கெஞ்சி இருக்க வேண்டும். ஏதோ ஒன்று அந்த முடிவை எடுக்க நடந்திருக்க வேண்டும்.

வாழ்க்கையின் வானிலை குதூகலமாக இருந்தது, விக்னேஷ் சிவனுடன் இணைய முடிவெடுத்தார். லிவிங், கிவிங் எல்லாம் இல்லை. ஊரைக் கூட்டி, உலகத்துக்குச் சொல்லிக் கெட்டி மேளம் கெட்டி மேளம் நடந்தது. அடுத்த ஆண்டிலேயே உயிர், உலகு என்று இரண்டு மகன்களுக்கு வாடகைத் தாய் முறையின் மூலம் தாயானார்.

இன்று நயன்தாரா லேடி சூப்பர் ஸ்டார் மட்டுமில்லை, மனைவி. அனைத்துக்கும் மேலாக அவர் பெருமையாக நினைப்பது இரு குழந்தைகளுக்குத் தாய். நிறைவான வாழ்க்கை. திரைத்துறை, சொந்த வாழ்க்கையில் பெற்ற பாடங்கள் மூலம் நயன் கற்று தெளிந்தபின் வசீகரம் கூடிவிட்டது. ‘லேடி சூப்பர்ஸ்டார்’ என்ற பட்டத்துக்குத் தன்னை பட்டை தீட்டிக் கொண்டார் நயன்.

தவறுகள் செய்யாத மனிதன் இல்லை. அசிங்கம், துக்கம், துரோகம் எல்லாம் இருப்பதுதான் வாழ்க்கை. சிலர் கடக்க முடியாமல் துவண்டு விடுகிறோம். சிலருக்குக் காலம் ஆற்றிவிடுகிறது. வெகு சிலர் மட்டுமே அதிலிருந்து கற்றுத் தெளிந்து உருமாறுகிறார்கள். அவர்கள் ஃபீனிக்ஸ் பறவையின் குணம் கொண்டவர்கள். இந்த லேடி சூப்பர் ஸ்டார் ஃபீனிக்ஸ்சின் ஒரு பிரதிபலிப்பு.

7. இந்திரா காந்தி

இந்தியா சுதந்திரம் பெறுவதற்கு முன் அலகாபாத்தில் உள்ள ஆனந்தபவன் மாளிகையில் 1917-ஆம் ஆண்டு நவம்பர் 17-ஆம் தேதி ஜவஹர்லால் நேருவுக்கும் கமலா தேவிக்கும் மகள் பிறந்தார். ஆனந்தபவனே ஆனந்தக் கூத்தாடியது. தாத்தா மோதிலால் நேருவுக்குத் தனது அம்மா பெயரான இந்திரா வைக்க வேண்டும் என்று ஆசை, அப்பா நேருவுக்கோ பிரியதர்ஷினி என்று பெயர் சூட்ட வேண்டும் என்று விருப்பம். இருவரும் சேர்ந்து இந்திரா பிரியதர்ஷினி என்று பெயர் வைத்தார்கள்.

பேரன் பிறந்திருக்கலாம் என்ற ஏக்கம் பாட்டி ஸ்வரூப ராணிக்கு இருந்தது. அப்பொழுது தாத்தா மோதிலால் நேரு, "நாம் குழந்தைகளைப் பேதம் பார்த்தா வளர்த்தோம்? ஜவஹர்லாலின் இந்தப் பெண் குழந்தை ஆயிரம் ஆண்களுக்குச் சமம்" என்று ஒரு போடு போட்டார். அந்த வார்த்தை எத்தனை சத்தியம் என்று இந்திரா வளர வளரச் சொல்லிச் சொல்லி வளர்த்தார்கள்.

ஆனந்தபவனில் அனைவருக்கும் மோதிலால் நேருவைப் பார்த்தால் கொஞ்சம் பயம். இந்திராவிடம் மட்டுமே அவர் எப்பொழுதும் மென்மையாக இருந்தார்.

இந்திராவுக்கு மூன்று வயதிருக்கும். அப்பொழுது லண்டனிலிருந்து வந்த உறவுக்காரப் பெண், அழகான சீமைச் சொக்காய் ஒன்று வாங்கி வந்திருந்தார். இந்துவிற்கு அதை மிகவும் பிடித்திருந்தது. ஆனால் அப்பொழுது காந்தியடிகள் அன்னியப் பொருட்களை பகிஷ்கரிக்கக் கேட்டுக் கொண்ட சமயம். வீட்டில் அனைவரும் கதர் ஆடைகள் அணிந்து வந்தார்கள்.

“இந்திரா... வீட்டில் அனைவரும் கதர் ஆடை உடுத்தும் போது நீ மட்டும் இந்த உடையை அணிவாயா?”என்று கமலா நேரு கேட்டார். இந்திரா ‘மாட்டேன்’ என்று சொல்லி சமர்த்தாகத் திருப்பிக் கொடுத்தார். ஆனால் உறவுக்காரப் பெண் “அப்ப... அந்தச் சீமைப் பொம்மை?” என்று வம்பிழுத்து விட்டுப் போய்விட்டார்.

இந்திராவுடன் விளையாடும் ஒரே கூட்டாளி அந்த பொம்மை. அந்தப் பெண் கேட்ட கேள்வி இந்திராவினுள் என்னவோ செய்தது. அலகாபாத்தில் அன்னியப் பொருள்களை மக்கள் குவித்து எரிக்கும் போது, குட்டி இந்திரா சீமைக் கூட்டாளியைத் தூக்கி நெருப்பில் போட்டுத் தனது தேசபக்தியைக் காட்டினாள்.

ஆனந்தபவனில் அப்பா, அம்மா, தாத்தா என்று எல்லோரும் சுதந்திரப் போராட்ட வீரர்கள். அப்படி இருக்க இந்திரா மட்டும் எப்படித் தனித்து வளர முடியும்?

தாத்தாவும், அப்பாவும் மாறி மாறிச் சிறைக்குப் போவதை வழக்கமாகக் கொண்டிருந்தார்கள். ஆங்கிலேயர்கள் அவர்களை உண்டு இல்லை என்று படுத்திய காலம் அது. மாதக் கணக்கில் அப்பாவோ, தாத்தாவோ இருக்க மாட்டார்கள். சில சமயம் இருவருக்கும் சிறை வாசம்.

இந்திரா வளர்ந்து பள்ளி செல்லும் நாள்களில், நேரு மகளுக்குக் கடிதம் எழுதுவார். அதற்கு இந்திராவும் பதில் கொடுப்பார். இந்தக் கடித போக்குவரத்து, சுதந்திரம் கிடைக்கும்வரை தொடர்ந்தது. இவை யாவும், நீ நலமா என்பதோடு மட்டும் முடியாமல் அந்தந்தக் காலகட்டத்துக்கு இந்திரா தெரிந்து கொள்ள வேண்டிய அனைத்தையும் அவர் கொஞ்சம் கொஞ்சமாகக் கடிதங்கள் மூலம் மகளுக்கு ஊட்டினார்.

கமலா நேருவும் காங்கிரஸ் நடத்தும் போராட்டங்களில் கலந்து கொண்டார். அவரைப் பார்த்துப் பல இளைஞர்கள் போராட்டங்களில் கலந்து கொண்டதுண்டு. அப்படித்தான் ஃபெரோஸ் காந்தியும் அரசியலுக்கு வந்தார். அவருக்கு குருவாகக் கமலா நேரு இருந்தார்.

மாளிகையில் பிறந்து வளர்ந்தாலும், இந்திராவின் சமவயதில் இருக்கும் மற்ற குழந்தைகளுக்குக் கிடைத்தப் பள்ளிப் படிப்பு அவருக்குத் தொடர்ந்து கிடைக்கவில்லை. ஆங்கிலேயர்கள்

பள்ளியில் இந்திரா படிப்பதை நேரு விரும்பவில்லை. இந்திரா மெட்ரிக்குலேஷன் படிக்கும் வரை வீட்டுக்கு ஆசிரியர்கள் வந்து பாடம் எடுத்தார்கள்.

ரவீந்திரநாத் தாகூர் நடத்திய சாந்தி நிகேதன் பள்ளியில் சிறிது காலம் படித்தார். அம்மா கமலா நேரு காசநோயால் அவதிப்பட்டு வந்தார், அப்பாவோ சிறையில். அம்மா தனியாகக் கஷ்டப்படுவது இந்திராவுக்கு வருத்தமாக இருந்தது. அவ்வப்போது அம்மாவுடன் இருக்க சாந்திநிகேதனில் இருந்து வந்துவிடுவார்.

ஒரு கட்டத்தில் கமலா நேருவின் உடல்நிலை மோசமடைய அவர் சிகிச்சைக்காக ஐரோப்பா செல்ல வேண்டியிருந்தது. பள்ளிக்கு முழுக்குப் போட்டுவிட்டுத் தாயாருடன் கிளம்பத் தயாரானார். அப்பொழுது நேரு சிறையிலிருந்து மகளுக்குக் கடிதம் எழுதினார். அதில் அறிவுரைகள், இயலாமை என்று மட்டும் இருக்கவில்லை. ஆனந்தபவன் மாளிகையை தங்கை விஜயலட்சுமி பண்டிட்டுக்குக் கொடுக்கும் செய்தி இருந்தது. கூடுதலாகக் கமலா மற்றும் நேருவின் அறைகள் அப்படியே இருக்கும் என்றும். இந்திரா தனக்கு வேண்டிய நான்கு சாமான்களை எடுத்து நேரு அறையில் வைத்துக் கொள்ளலாம் என்றும் முடிந்தது. இதைப் பார்த்த இந்திராவுக்கு மனதில் வேதனை. அப்பா தன்னைப் பற்றியோ அம்மாவின் உடல் நலம் பற்றியோ முழுமையாக நினைப்பதில்லை என்ற வருத்தமும் இருந்தது.

அம்மாவுடன் சென்ற இந்திரா, சுவிட்சர்லாந்தில் பள்ளிப் படிப்பை முடித்தார். நோயுற்று இருந்த அம்மாவைப் பார்த்துக் கொள்வது, பள்ளி செல்வது, புதுவிதமான சூழல் எல்லாம் சேர்ந்து இந்திராவுக்கு அழுத்தம் தந்தன. தனிமையை அதிகம் விரும்பினார்.

கமலா நேரு இறந்த சமயம் அவரது ஈமக் காரியங்களை அப்பொழுது ஐரோப்பா வந்திருந்த நேருவும், இந்திராவும் சேர்ந்து முடித்தார்கள். நேருவுக்குக் காங்கிரஸ் கமிட்டி தலைவர் பொறுப்பு கிடைத்திருந்த சமயம். மகளை ஆக்ஸ்போர்ட் பல்கலைக்கழகத்தில் சேர்ந்து இருந்தார். நேருவும் இந்தியா திரும்பினார்.

அப்பொழுது காந்திஜி, இந்திராவுக்கு எழுதிய கடிதத்தில், “பல வருடங்களாக உன்னுடைய எதிர்காலம் பற்றி நான் கனவு

கண்டதுண்டு. நீ மிகவும் தைரியசாலி. எதிர்காலத்தில் நாங்கள் காண விரும்பும் இந்தியாவில் உனக்கு ஒரு முக்கியப் பங்கு இருக்கிறது" என்று எழுதினார்.

சிறுவயது முதல் கூட்டங்கள், கோஷங்கள் பார்த்துப் பழகிய இந்திராவுக்குத் தனிமை பிடித்திருந்தது. மரங்கள் அவருக்குப் பல நேரங்களில் சரணாலயம் ஆகி இருக்கின்றன. தன் தனிமையோடு மரங்களின் கிளைகளில் ஏறி மறைந்து கொள்வார். அவர் சாந்திநிகேதனில் படிக்கும் போதும் சரி ஆக்ஸ்போர்ட் காலத்திலும் மிக அமைதியான, தனிமையான பெண்ணாகவே உலா வந்தார். முக்கியமாக நான்கு பேர் முன் பேசுவதென்பது அவருக்கு இயலாத காரியமாக இருந்தது.

லண்டனில் ஃபெரோஸ் காந்தி உலக அரசியலில் மும்முரமாக ஈடுபட்டு இருந்த சமயம். ஆனால் வார இறுதிகளில் இந்திராவைப் பார்க்கத் தவறியதில்லை. இருவரும் லண்டனில் இருக்கும் இந்தியா லீக் பார்ட்டியில் உறுப்பினராக இருந்தார்கள். சிலபல கூட்டங்களுக்கு நேருவின் மகளாகச் செல்லும் வாய்ப்பு இந்துவுக்குக் கிடைத்தது. ஒரு பார்வையாளராகவே இருப்பது மட்டுமே வழக்கமாக இருந்தது.

அவரும் ஃபெரோஸ் காந்தியும் லண்டனில் இருக்கும் போது, இந்தியா - சீனா லீக்குகாக நடத்தப்படும் பிரபலமான நடனக் கலைஞர் சங்கரின் நிகழ்ச்சி இருந்தது. இந்தியா லீக் தலைவராகக் கிருஷ்ணன் மேனன் இருந்தார். அந்த விழாவில் நேரு அனுப்பிய கடிதத்தை இந்திரா படிக்க வேண்டும் என்று அவர் கேட்டுக் கொண்டார். ஆனால் இந்திராவால் முடியவில்லை. வேறு வழியின்றி அவர் மேடையில் மக்களுக்கு முன் பேசும்போது குரல் அடைத்துக் கொண்டது. அந்தக் கணத்தில் இந்திரா முடிவு செய்தார்- இனி எப்பொழுதும் மேடை ஏறிப் பேசக் கூடாது என்று.

அதைப் போலவே இந்தியா வரும்போது கப்பல் சில நாள் ஜெர்மனியில் நின்றது. அப்பொழுது அந்த ஊரிலிருந்த பல போராட்ட இயக்கங்கள் இந்திராவை மேடையேறிப் பேச வைக்க முயன்று தோற்றுப் போயின. சரி, அவர் மேடை ஏறப் போவதில்லை என்று முடிவு செய்து, விட்டுவிட்டார்கள் அங்கிருந்து கிளம்பும்முன் கடைசிக் கூட்டத்தில், அங்கு நடக்கும்

இனவெறியைக் கண்டித்து இந்திரா பேசியது அனைவரையும் ஆச்சரியப்படுத்தியது. இதைத் தெரிந்து கொண்ட ஜவஹர்லால் நேருவுக்கு மிகவும் வியப்பாக இருந்தது. காங்கிரஸ் கட்சியில் சேர்ந்து வேலை செய்ய விருப்பம் தெரிவித்த இந்திராவின் முடிவும் நேரு எதிர்பார்க்காதது.

இந்தியா வந்த இந்திரா, தந்தையிடம் இரண்டு விஷயங்களை முன் வைக்கிறார். ஒன்று சுதந்திரப் போராட்டத்தில் ஈடுபடும் எண்ணம். இன்னொன்று ஃபெரோஸ் உடனான காதல். இவையிரண்டும் நேருவுக்குக் குழப்பத்தைத் தந்தன. இந்திராவின் அரசியல் முடிவு நேருவுக்குச் சந்தோஷத்தை தந்தாலும், காதல் கசந்தது. காந்தியையும் நேருவையும் சமாதானப்படுத்தி, தன் காதலனை 1942-ஆம் ஆண்டு கைப்பிடித்தார் இந்திரா. எல்லாம் சுபம் என்று முடிந்திருக்கலாம். குழந்தைப் பருவத்தில் கிடைக்காத அன்பு, அனுசரணை, பாதுகாப்பு எல்லாம் கிடைத்திருக்கும். ஆனால் அப்படி நடந்து விட்டிருந்தால் வரலாற்றில் அவர் இரும்புப் பெண்ணாக மாறி இருக்க மாட்டார்.

திருமணம் முடிந்த கையோடு கணவனும் மனைவியும் போராட்டங்களில் ஈடுபட்டனர். இந்திரா தன்னுடைய முதல் சிறை வாசத்தை எட்டு மாதங்கள் அனுபவித்தார். அதற்குப்பின் நேருவிற்கு மகள் மீதான நம்பிக்கை கூடியது.

நேருவின் விஷயங்களைக் கவனித்துக் கொள்வதும், அவருடன் சேர்ந்து வெளிநாட்டுப் பயணங்கள் போவதும் இந்திராவுக்கு வாடிக்கையாகிப் போனது. இதற்கிடையில் இரண்டு மகன்களுக்கும் தாயாரானார். ராஜீவ் காந்தி மற்றும் சஞ்சய் காந்தி. தொடர்ந்து கட்சி, அப்பா, குழந்தைகள், குடும்பம் என்று முடிந்தளவு சமன் செய்ய முயற்சித்தார். கணவன் ஃபெரோஸ் காந்தி எதிர்பார்த்தது போல் தந்தையை விட்டுப் புகுந்த வீடு செல்லும் சூழல் கைகொடுக்கவில்லை.

சுதந்திரம் கிடைத்து 1947-ஆம் ஆண்டு காங்கிரஸ் ஆட்சிக்கு வந்தது. நேரு முதல் பிரதம மந்திரியாக ஆனார். இப்பொழுது முன்பைவிட இந்திராவின் அவசியம் நேருவுக்குத் தேவைப்பட்டது. தந்தை கட்சிக் கூட்டத்துக்குச் சென்றாலும், நாடாளுமன்றத்துக்குச் சென்றாலும் நிழலாகவே தொடர்ந்தார்.

1952-இல் சுதந்திர இந்தியாவின் பொதுத் தேர்தல் ஆரம்பித்தது. கண்டிப்பாக இந்திராவும் தேர்தலில் நிற்பார் என்று

எதிர்பார்க்கப்பட்டது. ஆனால் அப்பாவும் கணவரும் தேர்தலில் நின்றதால் அவர்களுக்காகப் பிரச்சாரம் செய்ய ஆரம்பித்தார் இந்திரா. மீண்டும் காங்கிரஸ் வென்றது. நேரு பிரதமரானார். ஃபெரோஸ் காந்தியும் தன் தகுதியில் வெற்றி பெற்று தில்லியில் இருக்கும் தீன் மூர்த்தி பவனில் தங்கிவிட்டார். இருப்பினும் மனக் கசப்புகள் அரசியலிலும் தனிப்பட்ட வாழ்க்கையிலும் தொடர்கதையாகிப் போனது.

இந்திராவின் அயராத உழைப்புக்கு அகில இந்திய காங்கிரஸ் மகளிர் அணிக்குத் தலைவியானார். மெல்ல மெல்ல அரசியலில் மேலே சென்று கொண்டிருந்தார். 1959-ஆம் ஆண்டு அகில இந்திய காங்கிரஸ் கட்சியின் தலைவராகத் தேர்ந்தெடுக்கப்பட்டார்.

நேருவோடு மகளாக மோதிலால் பேத்தியாக, காந்திஜி சூழ காங்கிரஸ் உடன் வளர்ந்தவருக்குக் காலமும் அரசியலின் ஆழத்தை சொல்லிக் கொடுத்திருந்தது. அப்பாவுடன் சேர்ந்து வெளிநாடுகளுக்குச் சென்றது உலக அரசியல் தலைவர்களை அறிமுகப்படுத்தியது.

மூத்த தலைவர்கள் இருக்கும் போது இந்திரா சிறு வயதில் காங்கிரஸ் கட்சியின் தலைவராக மாறியது. வியப்பாகப் பார்க்கப்பட்டது.

அதுமட்டுமின்றி அப்போது கேரள மாநிலத்தின் காங்கிரஸ் உறுப்பினர்களின் அழுத்தத்திற்கு இணங்கி நேருவின் விருப்பத்துக்கு எதிராக இந்திரா அப்போதைய இ.எம்.எஸ் ஆட்சிக் கலைப்புக்குத் துணை நின்றார். அதற்குப் பலவிதமான விமர்சனங்கள் இந்திரா மீது வைக்கப்பட்டன. இதற்கிடையில் கணவன் ஃபெரோஸ் காந்தி பலவிதமான குடைச்சல்களைக் கொடுக்க ஆரம்பித்தார். இந்திராவை வெறுப்பேற்ற இன்னொரு பெண்ணோடு உறவு என்று செய்திகள் உலாவந்தன.

எல்லாவற்றையும் இந்திரா ஜீரணித்துக் கொண்டு இயங்கிக் கொண்டிருந்தார். 1960-ஆம் ஆண்டு ஃபெரோஸ் காந்தி நெஞ்சுவலி காரணமாக மரணம் அடைந்தார். இது இந்திராவுக்கு மிகப்பெரும் அதிர்ச்சியாக இருந்தது. இதையும் தாண்டி அரசியலில் தீவிரமாக இறங்கினார். நேருவுக்குத் துணையாக, மகளாக, அரசியலில் பலமாக இருந்தார்.

திடீரென்று 1964 ஆம் ஆண்டு மே இருபத்தி ஏழாம் தேதி அன்று நேரு மரணம் அடைந்தார். இந்திராவுக்கு மட்டுமின்றி அகில

இந்தியாவுக்கும் அது பேரிழப்பாக இருந்தது. துக்கம், இழப்பு என்று ஒரு பக்கம் இருந்தாலும் அடுத்து யார் பிரதமர் என்று கட்சி ஆலோசிக்க ஆரம்பித்தது. அகில இந்தியக் காங்கிரஸ் கட்சியின் தலைவர் காமராஜர், லால் பஹதூர் சாஸ்திரியைப் பிரதமராக நியமனம் செய்தார். பிரதமர் சாஸ்திரி இந்திராவைச் சமாதானப்படுத்தி அமைச்சரவையில் சேர்த்துக் கொண்டார். நேருவின் வாரிசு இருக்க வேண்டும் என்று நினைத்தார் அவர். தகவல் தொழில்நுட்பத் துறை தரப்பட்டது. அதுமட்டுமின்றி அவரை காமன்வெல்த் போட்டிக்கு இந்தியாவின் பிரதிநிதியாக சாஸ்திரி அனுப்பி வைத்தார்.

எல்லாம் சரியாகப் போய்க்கொண்டிருந்தது. தமிழகத்தில் ஹிந்தித் திணிப்பு பிரச்சாரம் படு தீவிரமாகப் பரவிக் கொண்டிருந்த நேரம். மக்களைச் சமாதானப்படுத்த இந்திரா தமிழகம் வந்தார். முக்கியமாக இளைஞர்களை சமாதானப்படுத்தினார். இதனால் சாஸ்திரிக்கு வருத்தம். அவரை மீறி இந்திரா சென்றது தவறு என்பது அவர் கூற்று. இதைக் கேள்விப்பட்ட இந்திரா, "அப்படியென்றால் மக்களைச் சமாதானம் செய்ய மீண்டும் மீண்டும் செல்வேன்" என்று சொன்னார்.

தந்தையைப் போலவே தைரியமாக, தான் சரி என்று நினைப்பதைச் செய்ய அவர் என்றைக்கும் தயங்கியதில்லை. மூத்த அரசியல்வாதிகளுடன் பயணிக்கும் போது அது அத்தனை எளிதல்ல. அதற்குப் பல உதாரணங்கள் இந்திரா வாழ்க்கையில் இருக்கின்றன.

1965-ஆம் ஆண்டு ஆகஸ்ட் மாதத்தில் காஷ்மீரில் உள்ள ஸ்ரீநகரில் பதட்டம் இருந்தது. அந்த நேரம் இந்திரா அங்குச் சுற்றுப் பயணம் மேற்கொண்டார். பதற்றம் அதிகமாக இருப்பதால் அசம்பாவிதம் ஏதும் நடந்து விடுமோ என்று பயந்து அவரை தில்லிக்குத் திரும்புமாறு அதிகாரிகள் வற்புறுத்தனர். ஆனால் இந்திராவோ கலவரம் முடியும் வரை அங்கேயே தங்கி இருந்தார். அதுமட்டுமின்றி கலவரப் பகுதியைப் பார்வையிட்ட பின்பே தில்லி திரும்பினார். அவர் துணிச்சலை அன்றைய பத்திரிக்கைகள் ஒன்று விடாமல் பாராட்டி எழுதின.

அந்தச் சமயத்தில் சோவியத்தில் உள்ள தாஷ்கெண்ட் நகருக்கு சாஸ்திரி சென்றிருந்தார். பாகிஸ்தான் - இந்தியா

அமைதி ஒப்பந்தத்தில் கையெழுத்திடச் சென்றவர், யாரும் எதிர்பாராதவிதமாக அங்கு மரணம் அடைந்தார்.

இப்பொழுது இந்தியாவிற்கும் காங்கிரஸ் கட்சிக்கும் இழப்பு ஒருபுறம் என்றால். அடுத்த பிரதமராக யாரை தேர்வு செய்வது என்ற தலைவலி கட்சியின் மூத்தத் தலைவர்களுக்கு இருந்தது.

மொரார்ஜி தேசாய் தானே பிரதமராக வேண்டும் என்று எண்ணினார். ஆனால் காங்கிரஸ் கட்சித் தலைவர் காமராஜர் மனதில் வேறொரு முடிவு இருந்தது. அரசியல் தலைவர் மட்டும் இல்லை, அடுத்து வரும் பிரதமர் சிறந்த நிர்வாகியாகவும், அனைவரையும் அரவணைத்துச் செல்லும் பண்பு உடையவராகவும் இருக்க வேண்டும். சுருக்கமாகச் சொல்வதென்றால் காங்கிரஸ் கட்சியில் மக்கள் மனதைக் கவரும் காந்தமாக இருக்க வேண்டும். காமராஜர், இந்திராகாந்தியை பிரதமராக முன்னிறுத்தினார். மொரார்ஜி தேசாய் போட்டிக்குத் தயாரானார். கடைசியில் காமராஜர் கை காட்டிய இந்திரா வென்று பிரதமரானார். அவர் என்ன செய்யப் போகிறார் என்ற ஆர்வம் ஒரு சாராரிடம்! என்னதான் செய்துவிட முடியும்? என்று இன்னொரு சாரார் வேடிக்கை பார்த்துக் கொண்டிருந்தனர்.

மூத்த கட்சி உறுப்பினர்களிடம் ஆலோசனை கேட்டுச் செயல்பட்டார் இந்திரா. அதை போலவே ஐ.கே.குஜரால், தினேஷ் சிங் போன்ற இளைய தலைமுறையினரையும் பக்கத்தில் வைத்துக் கொண்டார். தொடர்ந்து பிரதமராக இருந்த இந்திரா காந்தி ஆட்சியில் எடுத்த முடிவெல்லாம் அதிரடியாக இருந்தன. ப்ளூ ஸ்டார் ஆபரேஷன், எமர்ஜென்ஸி போன்ற முடிவுகள் பலவிதமான சர்சைகளைக் கொண்டு வந்தன. ஆனாலும் அவர் ஆட்சியில் தன் மனதுக்கு சரி என்று பட்டதைச் செய்ய யோசித்ததே இல்லை.

தனிமை, அமைதி என்று வளர்ந்த இந்திரா இரும்புப் பெண்மணியாக மாறியதில் நேருவுக்கும், காமராஜருக்கும் மட்டுமில்லை... காந்திக்கும் பெரும் பங்குண்டு. அதை போலவே வாழ்க்கை எப்படி வருகிறதோ அப்படியே அதை ஏற்றுக் கொண்டு அரசியலில் ஆழம் தொட்டவர் இந்திரா. அரசியலில் இனி ஒரு பெண்ணால் அடையமுடியாத உச்சத்தை இந்திரா தொட்டுவிட்டார். அவரைப் போல் போராடும் குணமும் தைரியமும் இருந்துவிட்டால் வாழ்க்கை சிறப்பாக அர்த்தமுள்ளதாக மாறிவிடும்.

8. தமிழிசை சௌந்தரராஜன்

எந்தத் துறையை எடுத்துக் கொண்டாலும் பெண்களுக்கு அங்கீகாரம் கிடைப்பது சவாலான விஷயம். அப்படியும் முன்னேறி வருபவர்களைக் கிண்டல் செய்து கீழே தள்ளிவிடும் புதுவிதமான உக்திகள் சமூக வலைத்தளங்களில் பரவி வருகின்றன. இதற்குப் பலர் பலியாகி இருக்கிறார்கள். தன் மீது வீசப்பட்ட ஒவ்வொரு கேலியையும், கிண்டலையும் துடைத்துப் போட்டு விட்டு தன் பாதையில் வெற்றியை நோக்கி வீரநடை போட்டுக் கொண்டிருப்பவர்தான் இந்தக் கட்டுரையின் நாயகி.

அடர்ந்த காங்கிரஸ் குடும்பப் பின்னணி. கன்னியாகுமரி மாவட்டத்தில் காங்கிரஸ் மாநிலத் தலைவராகவும், சட்டமன்ற உறுப்பினராகவும் இருந்தவர் குமரி அனந்தன். அவருக்கும் கிருஷ்ணகுமாரிக்கும் 1961–ஆம் ஆண்டு ஜூன் இரண்டாம் தேதி முதல் மகளாக தமிழிசை பிறந்தார்.

சிறு வயதிலே அப்பா க்ஷவரம் செய்யும் போது அரசியல் சார்ந்த கடிதங்களையும், அறிக்கைகளையும் படித்துக் காட்டுவார். தனது சின்னச் சின்ன கைகளால் ஆவணங்களை எடுத்துக் கொடுப்பது, தலைவர்கள் தொலைபேசி எண்ணைப் போட்டு அப்பாவிடம் கொடுப்பது என்று குட்டிச் செயலாளராக வலம் வந்தார். அப்பாவின் அரசியல் வாழ்க்கை ஆடம்பரமாக இருந்ததில்லை. பல போராட்டங்கள், சிறைவாசம் என்று அவர் வீட்டில் இல்லாத

நாள்களும் உண்டு. அப்போது அம்மாவுடனும் உடன்பிறந்த நால்வருடனும் தனியாக நாள்கள் கழிந்திருக்கின்றன.

பள்ளியில் படு சுட்டி, படிப்பில் கெட்டிக்காரி.. பேச்சுப் போட்டியோ கட்டுரைப் போட்டியோ முதலில் பெயரைக் கொடுத்துவிட்டு தன்னை தயார்படுத்திக் கொள்வார். தன்னை முன்னிறுத்திக் கொள்ள அவர் எடுக்கும் முயற்சியும் உழைப்பும் ஆசிரியர்களுக்கு வியப்பாக இருந்தது. ஒருமுறை வகுப்பில் என்னவாக வேண்டும் என்று ஆசிரியர் கேட்க, அரசியல்வாதியாக வேண்டும் இவர் என்று பதிலளித்துள்ளார். இதைக் கேட்ட ஆசிரியர் தட்டிக் கொடுக்காமல், அம்மாவிடம் குறையாகச் சொல்ல அன்று அவளுக்கு அன்னையின் அடி பரிசாகக் கிடைத்தது.

“அரசியல் வேண்டாம், மருத்துவப் படிப்புப் படி. அது உன்னைக் காப்பாற்றும்“ என்று அறிவுரை சொல்லி மகள் மனதை அம்மா மாற்றினார். பள்ளிப் படிப்பும் முடிந்தது. அன்னையின் ஆசைக்கிணங்க மருத்துவக் கல்லூரியில் சேருகிறார். முதலாம் ஆண்டே திருமணம். திருமணத்துக்கு பின்னும் படிப்பை தொடரும் விருப்பத்துக்குக் கணவரிடமிருந்து ஆதரவு கிடைத்தது. கணவர் சௌந்தரராஜன் மருத்துவத்தில் மேற்படிப்பு படித்துக் கொண்டிருந்தார். தமிழிசை மருத்துவம் முடித்து மேற்படிப்புக்கு கனடா சென்றார். கணவனும் மனைவியும் சேர்ந்து மருத்துவத் தொழிலைச் சிறப்பாகச் செய்து கொண்டிருந்தனர். அதுமட்டுமின்றி எம்.ஜி.ஆர் மருத்துவக் கல்லூரியில் விரிவுரையாளராகவும் ஐந்து வருடம் பணி செய்திருக்கிறார்.

மருத்துவம், குடும்பம் என்று வாழ்க்கை நிறைவாக சென்று கொண்டிருந்த வேளையில், மனதில் சின்ன வயதில் வந்த ஆசை வளர்ப்பு நாய்க் குட்டியைப் போல் தொடர்ந்தது. அன்னை சொன்ன சொல் ஞாபகத்துக்கு வந்தது.

“முதலில் நீ பொருளாதார ரீதியில் உன்னைப் பலப்படுத்திக் கொள். உனக்காகச் சரியான தொழில் ஒன்று இருக்க வேண்டும். அதற்குப்பின் நீ உன் ஆசையைப் பற்றி யோசி”.

இதுதான் சரியான தருணம் என்று தமிழிசைக்கு தோன்றுகிறது. கணவனும் மனைவியின் கனவுக்குத் துணை நிற்கிறார். அடுத்து எங்கிருந்து ஆரம்பிக்க வேண்டும் என்று யோசனை.

மகளின் முடிவைக் கேட்ட குமரி அனந்தனுக்கு இது சரிப்படாது என்று தோன்றியது. காரணம் வாரிசு அரசியல் என்று யாரும் நாக்கில் பல்லைப் போட்டு பேசிவிடக் கூடாது என்று பயந்தார். முடிந்தளவு மகளின் முயற்சிக்கு முட்டுக்கட்டை போட்டார்.

தமிழிசைக்குக் காங்கிரஸ் மீது பிடிப்பிலாமல் இருந்தது. காரணம் எதிர்காலத்தைப் பற்றி யோசிக்கும் புதுச் சிந்தனைகளோ, புது யோசனைகளோ அங்கு இல்லை என்பது அவர் கருத்து. அந்தச் சமயத்தில் வாஜ்பாய் புதிய இந்தியா, முன்னேற்றம் என்று பேசியதைக் கேட்ட தமிழிசைக்கு பாரதிய ஜனதா கட்சி மீது ஒரு ஈர்ப்பு வந்தது. ஆனால் ஆர்.எஸ்.எஸ் மீது மாற்றுக் கருத்து இருந்தது. அதுவும் போகப் போக நீர்த்துப் போனது.

அப்பா, சித்தப்பா என்று அனைவரும் காங்கிரஸ் சித்தாந்தத்தில் ஊறிப்போனவர்கள். அதற்கு முற்றிலும் எதிர்ச் சித்தாந்தையுடைய பாரதிய ஜனதாக் கட்சியில் சேர முடிவெடுக்கிறார். இந்த முடிவுக்காக அப்பாவின் சினத்துக்கு ஆளானார். சித்தப்பாவின் வசவைக் கேட்டுக் கொண்டார். அன்னையைத் தவிர்த்து அனைவரும் கலகக்காரியாகப் பார்க்க ஆரம்பித்தார்கள்.

“அப்பாவை எதிர்த்து அரசியல் செய்வதற்கு பதில் தூக்கிட்டுக் கொள்ளலாம்” என்ற அப்பாவின் தொண்டர்களின் வார்த்தைகள் அவரை காயப்படுத்தியது. இருப்பினும் எடுத்த முடிவில் கிஞ்சித்தேனும் அயராமல் நின்றார். இந்த உறுதிக்கு உறவில் பல இழப்புகளைச் சந்தித்தார். அப்பா சில காலம் பேசாமல் இருந்தார். இனி, தான் எடுத்த முடிவில் தனியாகப் பயணிக்க வேண்டும் என்ற நிலை.

மருத்துவராக எல்லாம் சிறப்பாகச் சென்று கொண்டிருந்த காலம். பாரதிய ஜனதாக் கட்சியில் அடிப்படை உறுப்பினராக சேர்கிறார். சிறந்த மருத்துவர் என்றோ, அரசியல் பாரம்பரியமிக்க குடும்பத்தில் இருந்து வந்துள்ளார் என்றோ எந்தச் சிவப்புக் கம்பளமும் விரிக்கப்படவில்லை. ஒரு சாதாரண உறுப்பினர் அவ்வளவே. சாதாரணத் துறையிலேயே பல அரசியல் இருக்கும் போது அரசியல் துறை என்றால் உள்ளுக்குள் எத்தனை அரசியல் இருந்திருக்க வேண்டும்.?

போட்டி பொறாமைகள் நிறைந்த இந்த உலகம் அத்தனை எளிதில் வழிவிடுவதில்லை என்பது அவருக்குத் தெரிந்தது. அவர்

பேச்சுத் திறமைக்கும் ஈடுபாட்டுக்கும் ஆரம்பத்தில் மேடைகள் கிடைக்கவில்லை. சொல்லப்போனால் அவரது தனித்துவம் தலைவர்களுக்கு தெரிந்துவிடக் கூடாது என்பதில் அவருடன் இருந்தவர்கள் கவனமாக இருந்தார்கள்.

அப்பாவை எதிர்த்து, உறவுகளை எதிர்த்து வந்தவரின் பாதை முட்களால் விரிந்தது. ஆரம்பக் காலத்தில் இந்த மேடையில் நீங்கள் பேசும் தகுதி இல்லை என்று மறுக்கப்பட்ட சம்பவங்களும் உண்டு. சில முக்கிய கூட்டங்களில் பொறுப்புகள் அறிவிப்பார்கள். சில நாள்கள் ஏதோ ஒரு சின்னப் பொறுப்பு, சில நேரம் ஒன்றுமில்லாமல் வீடு திரும்பிய நாள்களும் உண்டு. இருப்பினும் எடுத்த முடிவில் பின்வாங்கவில்லை.

தொடர்ந்து உழைத்துக் கொண்டிருப்பதற்குப் பயன் கிடைக்கும் என்பது உண்மையானது. 1999-ஆம் ஆண்டு தென்சென்னை மாவட்ட மருத்துவப் பிரிவுச் செயலாளராக பொறுப்புக் கிடைக்கிறது. மீண்டும் 2001-ஆம் ஆண்டு மருத்துவப் பிரிவில் மாநிலப் பொதுச் செயலாளராகப் பொறுப்பு கூடுகிறது. சுமார் நான்கு ஆண்டுகளுக்கு ஒரு முறை ஏதாவது ஒன்று கிடைக்கும் என்ற நிலை உருவானது. அரசியலுக்குள் உள்பூசல் இருந்தாலும் தமிழிசை செய்யும் வேலைக்கு ஏதாவது செய்தேயாக வேண்டும் என்ற நிலையைத் தமிழிசை கொண்டுவந்துள்ளார். இது அவரது கல்யாண குணம். பள்ளியோ அரசியலோ எங்கிருந்தாலும், தன் உழைப்பைப் பார்த்துப் பகைவனும் பக்கம் நிற்கக் கட்டாயப்படுத்தி விடுவார்.

இரண்டு வருடங்களில், அதாவது 2007-ஆம் ஆண்டு மாநிலப் பொதுச் செயலாளராக பொறுப்பேற்கிறார். செல்லும் இடமெல்லாம் தான் நம்பும் சித்தாந்தத்தை உரக்க முழங்குகிறார். 2009-ஆம் ஆண்டு நடந்த பாராளுமன்றத் தேர்தலில் வடசென்னை பகுதியில் போட்டியிட்டுத் தோற்கிறார். 2010-ல் மாநில துணைத் தலைவராகவும், 2013-ல் அகில இந்திய பா.ஜ.க.வின் தேசியச் செயலாளராகவும் உயர்த்தப்பட்டார்.

இது ஒரு பயணம் ஒரு நாளில் ஓர் இரவில் எதுவும் நடந்துவிடாது என்ற தெளிவு தமிழிசையிடம் இருந்தது. வெற்றி தோல்வியை ஏற்றுக் கொண்டு அவர் பயணிக்கும் வேளையில் அவர் எதிர்கொண்ட குடைச்சல்களைச் சொல்லி மாளாது.

சித்தாந்த ரீதியில் அவரை எதிர்கொள்வதை விடுத்து அவர் உருவத்தை வைத்து சமூக வலைத்தளங்களில் எள்ளி நகையாடப்பட்டார். ஒரு மேடையில் மைக் எட்டவில்லை என்பதற்காக சின்ன ஸ்டூல் ஒன்று அவருக்குப் போடப்பட்டது. அதைப் பேசும் பொருளாக வைத்து அவர் திறமையையும் உழைப்பையும் கிண்டல் செய்தார்கள்.

மக்கள் பணி, பயணம் என்று வரும்போது கலைந்த அவர் கூந்தலைக் கண்டு கடுமையான சொற்களால் காயப்படுத்தினார்கள். முதலில் இவையனைத்தும் அவரை பாதித்தன என்றாலும் அதற்கும் தன்னை தயார்ப்படுத்திக் கொண்டார். எதிர்மறை விளம்பரமும் ஒரு விளம்பரம்தான் என்று சொல்வது போல் அவர் அதை எடுத்துக் கொண்டார்.

ஒவ்வொரு நாளும் அவரை வைத்து மீம்ஸ் போட்டு அவரைக் கிண்டல் செய்தவர்கள் துவண்டு போனார்கள். தமிழிசை என்ன சொன்னாலும் கடந்துவிடுகிறார் என்று அனைவருக்கும் அவர் ஆளுமையில் கவனம் சென்றது. முக்கியமாகப் பெண்கள் அவரை பார்த்து வியக்க ஆரம்பித்தார்கள்.

தமிழிசை 2011-ஆம் ஆண்டு வேளச்சேரித் தொகுதியில் போட்டியிட்டு தோல்வியை ஏற்கிறார். இது தேர்தலில் அவர் சந்திக்கும் மூன்றாவது தோல்வி. மீண்டும் களப் பணி, கட்சி கூட்டம், நிர்வாகம் என்று அவர் தொடர்ந்து வேலை செய்து கொண்டிருந்தார். ஒரு மிஸ்டு கால் கொடுத்தால் கட்சியில் சேர்ந்து கொள்ளலாம் என்ற திட்டத்தைத் தமிழக பி.ஜே.பியில் அவர் அறிமுகம் செய்தார்.

‘எப்படியாவது தாமரையைத் தமிழ் நாட்டில் மலரச் செய்வேன்’ என்று அவர் முழங்கும் மேடைகள் அதிகரித்தன. பாரதிய ஜனதாக் கட்சி திராவிட கட்சிகளைத் தாண்டித் தமிழகத்தில் அறிமுகமானதில் தமிழிசைக்குப் பெரும் பங்கு உள்ளது.

2016-ஆம் ஆண்டு வந்த தமிழ்நாடு சட்டமன்றத் தேர்தலில் விருகம்பாக்கம் தொகுதியில் நின்று மீண்டும் தோற்றார். தொடர் தோல்விகள் மட்டுமே அவருக்கு கிடைத்தன. ஒருமுறை... ஒரே ஒரு முறை மக்கள் தன்னை நம்பி ஓட்டுப் போட மாட்டார்களா? என்ற எண்ணமும் ஏக்கமும் அவர் மனதில் இருந்தது.

2019-ஆம் ஆண்டு நடந்த பொதுத் தேர்தலில் தூத்துக்குடிப் பகுதியில் போட்டியிட்டார். மீண்டும் தோல்வி. வெற்றியை ஒருமுறை கூட அனுபவிக்க மக்கள் இடம் கொடுக்கவில்லை. அவர் மனம் நொறுங்கிப் போனது. வெற்றிக்காக இல்லை என்றாலும் மக்கள் தன்னை ஏற்றுக் கொள்ளவில்லை என்பது கனத்தது. உள்கட்சி அரசியலில் இருக்கும் அதே வாய்க்கால் தகராறுகள் தொடர்ந்து கொண்டிருந்தன. ஒரு கட்டத்தில் மனத்துக்குள் தளர்ந்து போனார். ஆனால் இத்தனை காலம் தொடர்ந்து பயணித்து நிற்பது சுலபமில்லை என்பதும் தெரிந்தது.

அப்பொழுது அவர் எதிர்பார்க்காத ஓர் அதிசயம் நிகழ்ந்தது. பாரதிய ஜனதாக் கட்சியிலிருந்து இவர் ராஜினாமா செய்ய வேண்டும் என்று அழைப்பு வந்தது. ராஜினாமா செய்த சில நாள்களில் 2019-ஆம் ஆண்டு தெலுங்கானா மாநிலத்தின் ஆளுநராகப் பதவி ஏற்றார். அவர் மீதும் அவர் உழைப்பின் மீதும் நமபிக்கை வைத்த அனைவரும் மகிழ்ந்தார்கள். முக்கியமாக அனைவரையும் எதிர்த்துத் தனியாகப் போராடி, பல கேலிப் பேச்சுகளுக்கு ஆளாகியிருக்கும் தன் மகளுக்குப் பெரிய சன்மானம் கிடைத்ததாக அம்மா அவரின் உச்சி முகர்ந்து பரவசமானார். கணவனும் மனைவிக்காக அகமகிழ்ந்தார்.

இத்தோடு அத்தியாயம் முடியவில்லை. 2012-ஆம் ஆண்டு பிப்ரவரி மாதம் பதினெட்டாம் தேதி டாக்டர் தமிழிசை சௌந்தரராஜன் புதுச்சேரியின் லெப்டினன்ட் கவர்னராகக் கூடுதல் பொறுப்பேற்றார்.

கவர்னர் பதவி அவர் உழைப்புக்கும் அர்ப்பணிப்புக்கும் தேடி வந்தது. அவர் சிகையை, நிறத்தை, உயரத்தை நகைத்தவர்கள் கண்டிப்பாக வேறு யாரையோ கிண்டல் செய்து வாழ்க்கையை வீணடித்துக் கொண்டிருக்க வாய்ப்பு அதிகம். ஆனால் இன்று... தான் தேர்வு செய்த பாதையில் எந்தப் பின்புலமும், வழிகாட்டுதலும் இல்லாமல் உச்சம் தொட்டு இருக்கிறார் தமிழிசை சௌந்தரராஜன்.

வெற்றி பெற வேண்டும் என்றால் தேவையற்ற விஷயங்களுக்குக் காதுகளை மூடிக் கொள்ள வேண்டும். உழைக்க என்றுமே சலிப்படையக் கூடாது என்பது இவரது வாழ்க்கை மூலம் தெரிந்து கொள்ள வேண்டிய விடயம்.

௯. ரோஜா

சாதனை என்ற சொல்லுக்குப் பின் பல சவால்கள் இருப்பது இயல்பு. அதுவும் சாதனையாளர்கள் பெண்கள் என்றால் அவர்கள் சந்திக்கும் சறுக்கல்கள் கொஞ்சம் நஞ்சமில்லை. அரசியலில் அதற்கு மிகச் சிறந்த உதாரணம் ஜெயலலிதா. தன்னை நோக்கிச் சொல்லப்பட்ட ஒவ்வொரு சொல்லையும் வசவையும் ஒன்று விடாமல் எல்லாவற்றையும் வைத்து வைராக்கியக் கோட்டையைக் கட்டி ஆட்சி செய்தார். அவரை ஆதர்சமான குருவாக ஏற்றுக் கொண்ட ஆந்திர அரசியல்வாதி மற்றும் தமிழகத்தின் திரை நட்சத்திரம் ரோஜாதான் இந்தக் கட்டுரையின் நாயகி.

ஆந்திராவிற்கும் தமிழகத்திற்கும் நடுவில் ஒரு கோடு கிழித்து தமிழ் நாட்டிலிருந்து எட்டிப் பார்த்தால் ஆந்திராவில் இருக்கும் ரோஜாவின் பூர்வீக இடமான சித்தூர் தெரிந்து விடும். 1972-ஆம் ஆண்டு நவம்பர் மாதம் பதினேழாம் நாள் நாகராஜ ரெட்டி, லலிதா ரெட்டி தம்பதியருக்கு மகள் பிறந்தாள். அவளுக்கு ஸ்ரீலதா என்று பெயர் வைத்தனர்.

நாகராஜ ரெட்டி ஆவணப் படம் இயக்கி இருக்கிறார். அவருக்கு திரைத்துறையில் ஈடுபாடு உண்டு. இரண்டு மகன்களையும் ஒரே மகளான ஸ்ரீலதாவையும் முடிந்தவரை நல்ல முறையில் கல்வி கொடுத்து வளர்க்க வேண்டும் என்று நடுத்தர குடும்பக் குணத்தோடு குடும்பம் பயணித்துக் கொண்டிருந்தது.

பள்ளிப் படிப்பை முடித்த ஸ்ரீலதா திருப்பதியில் இருக்கும் ஸ்ரீ பத்மாவதி பெண்கள் கல்லூரியில் பி.ஏ பொலிட்டிக்கல் சயன்ஸ் படித்தார். அவர் அம்மாவின் ஆசைக்காக குச்சுப்புடி நடனமும் கற்றுக் கொண்டார். கல்லூரிக் கலை நிகழ்ச்சியில் அவர் நடனத்தைப் பார்த்த இயக்குநர் சிவபிரசாத், ஸ்ரீலதாவைத் தனது படத்தில் கதாநாயகியாக நடிக்க வைக்க ஆசைப்பட்டார். முதலில் ஸ்ரீலதாவிற்கு அதில் விருப்பமில்லை. சிவபிரசாத் நாகராஜ ரெட்டியைப் பார்த்துப் பேசினார். திரைத்துறையில் தனக்குக் கிடைக்காத வாய்ப்பு மகளுக்கு வந்ததை நாகராஜ ரெட்டி வரவேற்றார். மகளைச் சமாதானப்படுத்தி ஒப்புக் கொள்ள வைத்தார்.

எல்லோருக்கும் இருக்கும் அதே எண்ணம் தான் ஸ்ரீலதாவிற்கும் இருந்தது. ஒரு படம் நடித்துப் பார்ப்போம். சரிப்படவில்லை என்றால், முற்றுப்புள்ளி வைத்துவிட்டு வேறு வேலையைப் பார்க்கலாம்.

தெலுங்கில் அவர் நடித்த முதல் படம் 'ப்ரேம தபசு'. அதில் அவர் ராஜேந்திர பிரசாத்திற்கு ஜோடியாக நடித்திருப்பார். படம் மற்ற இடங்களைவிட அவரது சொந்த ஊரான திருப்பதியில் சூப்பர் ஹிட் ஆனது.

இந்தப் படத்தைப் பார்த்த தமிழ் இயக்குநர் ஆர். கே.செல்வமணி அவரை 'செம்பருத்தி' படத்தில் கதாநாயகியாக அறிமுகப்படுத்தினார். ஸ்ரீலதா ரோஜாவாக மாறினார். படப்பிடிப்பு நடந்து கொண்டிருக்கும் போதே ஆர்.கே.செல்வமணிக்கும் ரோஜாவுக்கும் இடையில் காதல் மலர்ந்தது. ரோஜாவிற்குத் தமிழக மக்கள் பலமான வரவேற்பு கொடுத்தார்கள்.

ஆர்.கே.செல்வமணி ரோஜாவுக்குச் சொல்வதற்கு முன் காதலியின் தாயிடம் தன் விருப்பத்தைச் சொல்லிச் சம்மதிக்க வைத்துவிட்டார். உடனே கெட்டி மேளம் என்ற நிகழ்வுக்குக் காலம் கை கொடுக்கவில்லை. காதல் என்றால் காத்திருப்பு, காத்திருப்பு என்றால் காதல் என்பதை ஆர்.கே.செல்வமணி புரிந்து கொண்டார். இருவரும் பத்து வருடங்கள் காத்திருந்தார்கள். காரணம் ரோஜாவைத் தேடிப் பட வாய்ப்புகள் வந்து கொண்டிருந்தன. இதை முடித்து, அதை முடித்து என்று வந்த படங்களை முடிக்கப் பத்து வருடங்கள் ஆயின. தமிழ், தெலுங்கு

என்று இல்லாமல் தென்னிந்திய மொழிகளிலும் பட வாய்ப்புகள் வர ஆரம்பித்தன. அவர் நடித்த படங்களின் எண்ணிக்கை சதத்தை எட்டியது. போதும் நடிப்பு என்று 2002-ஆம் ஆண்டு காதலனைக் கணவனாக்கிக் கொண்டார் ரோஜா.

திருமணத்திற்குப் பின் படங்களிலிருந்து விலகுவதாக முடிவெடுத்தார். போதும் பணமும் புகழும் என்று நிம்மதியாகக் கணவனோடு இல்லறம் ஆரம்பிக்க ஆசையாக அடியெடுத்து வைத்தார். ஆந்திராவின் முதலமைச்சரான சந்திரபாபு நாயுடு தனது கட்சிப் பிரச்சாரத்துக்குப் பிரபலமான முகம் தேவை என்று உணர்ந்தார். ரோஜா அந்த இடத்தை நிறைவு செய்ய முடியும் என்று நம்பினார். ஆறு மாதக் குழந்தையை வைத்துக் கொண்டு பிரச்சாரத்தில் ரோஜா இணைந்தார்.

நக்சல் தொகுதிகளிலும் எந்தப் பயமும் இன்றிப் பிரச்சாரம் செய்து வந்தார். எந்த பிரதிபலனும் எதிர்பார்க்காமல் அவர் செய்த உழைப்பு சந்திரபாபு நாயுடுவுக்குப் பிடித்துப் போனது. தெலுங்கு தேசம் மகளிர் அணிக்குத் தலைவியாகப் பொறுப்பைக் கொடுத்தார். கணவர் செல்வமணிக்கு திராவிடச் சித்தாந்தத்திலும் பெரியாரிஸத்திலும் ஈர்ப்பு. ஆகையால் மனைவிக்கு வந்த வாய்ப்பை ஏற்றுக் கொண்டு மக்கள் சேவை செய்ய ரோஜாவை அனுப்பினார்.

2004-ஆம் ஆண்டு நகரி பகுதியில் போட்டியிட வாய்ப்பு கொடுக்கப்பட்டது. மக்களோடு மக்களாக இருந்து களப்பணி செய்ய ஆரம்பித்தார்.. முதல் தேர்தலில் தோல்வியைக் கண்டார். ஆனால் எதைப் பற்றியும் யோசிக்காமல் மீண்டும் 2009-ஆம் பொதுத் தேர்தலில் களப்பணி, பிரச்சாரம் என்று தொடர்ந்து தன் வேலையைச் செய்தார். கடைசிப் பத்து நாள்களுக்குமுன் வேறொரு தொகுதியைக் கொடுத்தார்கள். வெற்றிக் கிடைக்கவில்லை.

தேர்தலில் இரண்டாவது தோல்வி ரோஜாவின் மனதைக் கனக்க வைத்தது. அதைவிடவும் தன்னைப் பற்றித் தவறாக சந்திரபாபு நாயுடுவிடம் போட்டுக் கொடுக்கும் தன் கட்சி மூத்தத் தலைவர்களை நினைத்து அவர் மனம் ரணமானது. விஷயம் இதுதான்... இரண்டாம் கட்ட தலைவர்கள் சந்திரபாபுவிடம் “பார்த்து பாப்ய்காரு, அந்தப் பெண்ணுக்கு அதிகரிக்கும் செல்வாக்கு, நீங்கள் கொடுக்கும் இடம் எல்லாம் உங்களுக்கே

ஒருநாள் ஆப்பாகி விடப் போகிறது" என்று கொளுத்திப் போட்டார்கள்.

அதுவரை ஒய்.எஸ்.ராஜசேகர ரெட்டி தலைமையில் இருந்த காங்கிரஸை எதிர்த்துப் பிரச்சாரம் செய்து வந்தார். சந்திரபாபு நாயுடு செய்த தவறு, உசுப்பேற்றியவர்களின் பேச்சைக் கேட்டது. உழைப்பு, நேரம், நம்பிக்கை எல்லாம் கொடுத்தும் துரோகம்தான் ரோஜாவிற்குக் கிடைத்தது. அரசியலைக் கற்றுத் தந்த சந்திரபாபு நாயுடுவிடம் இருந்து விலகி, கட்சியை விட்டு வெளியேறினார். அரசியல் போதும் என்று மனம் நொந்துபோனது.

அப்பொழுது தான் இதுநாள்வரை அரசியலில் எதிர்க்கட்சியாக இருந்த ஒய்.எஸ்.ராஜசேகர ரெட்டியிடம் இருந்து அழைப்பு வருகிறது. உண்மையாக உழைத்த இடத்தில் முதுகில் குத்திவிட்ட வலி அவரை அந்த அழைப்பை ஏற்க வைக்கிறது.

ரோஜா காங்கிரஸ் கட்சியில் சேர்ந்த சில மாதங்களில் ஒய்.எஸ். ராஜசேகர ரெட்டி விமான விபத்தில் அகால மரணம் அடைந்தார். இதையும் தெலுங்கு தேசம் கட்சி பேசும் பொருளாக்கியது. ரோஜா அதிர்ஷ்டம் இல்லாதவர். அவர் கட்சியில் சேர்ந்த நேரம் தலைவரைக் காவு வாங்கிவிட்டது என்று புரளியைக் கிளப்பினார்கள். ரோஜாவிற்கு முதலில் அதிர்ச்சியாக இருந்தது. போகப்போக சந்திரபாபு நாயுடுவின் கட்சி இப்படிதான் விஷத்தைக் கக்கும் என்பதைத் தெரிந்து கொண்டார்.

ஒய்.எஸ்.ராஜசேகர ரெட்டி மறைவுக்குப்பின் கட்சியில் உட்பூசல் தொடங்கியது. ஒய்.எஸ்.ஆர். மகன் ஜெகன்மோகன் ரெட்டி கட்சியிலிருந்து வெளியேறினார். வெளியே வந்தவர் அதிரடியாக ஒய்.எஸ்.ஆர். காங்கிரஸ் கட்சி தொடங்கினார். காங்கிரஸ் கட்சியிலிருந்தால் சாதிக்க முடியாது என்று ரோஜா நினைத்தார். அவரும் ஒய்.எஸ்.ஆர். காங்கிரஸ் கட்சியில் இணைந்தார்.

அரசியலில் தடம் பதித்து பதினைந்து ஆண்டுகள் தோல்விகளையும் துரோகங்களையும் மட்டுமே அனுபவித்து வந்தார் ரோஜா. 2014-ஆம் ஆண்டு அவருக்கு நல்ல காலம் பிறந்தது. தெலுங்கு தேசம் கட்சியில் இருக்கும் போது போட்டியிட்ட நகரி தொகுதியில் மீண்டும் போட்டியிட்டார். ஒரே வித்தியாசம் இந்த முறை தெலுங்கு தேசம் கட்சியை எதிர்த்துப் போட்டியிட்டார். இம்முறை வெற்றி கிட்டியது. எம்.எல்.ஏ.வாகப் பதவி ஏற்றார்.

நகரியை விடுவதற்கு அவருக்கும் மனம் வரவில்லை, நகரி மக்களுக்கும் ரோஜாவைவிட விருப்பமில்லை. ஜெகன்மோகன் ரெட்டி எதிர்க்கட்சித் தலைவராகச் சட்டமன்றத்தில் அமர்ந்தார். 2015-ஆம் ஆண்டு ரோஜா, பாராளுமன்றத்தில் சந்திரபாபு நாயுடுவைத் தரக்குறைவாகப் பேசியதாகச் சொல்லி சபாநாயகர் ஒரு வருடம் ரோஜாவை சஸ்பெண்ட் செய்தார். அதுவரை எந்தப் பெண் அரசியல்வாதியையும் அப்படிச் செய்ததாக வரலாறு இல்லை. தெலுங்கு தேசம் கங்கணம் கட்டிக் கொண்டு ரோஜா மீது காழ்ப்புணர்ச்சியைக் காட்டியது. சபாநாயகரின் இந்தச் செயலைக் கண்டித்து உச்சநீதிமன்றம் சென்ற ரோஜாவின் பக்கம் தீர்ப்பு வந்தது. ஆனால் பயனெதுவும் இல்லை. அந்தத் தீர்ப்பு செவிடன் காதில் இளையராஜா இசை போட்டது போல் ஆனது.

ஒரு வருடம் பொறுமையாக இருந்து மீண்டும் சட்டப்பேரவைக்குச் சென்றார். இப்பொழுது தெலுங்கானா கட்சி ரோஜாவுக்காக இன்னொரு ஸ்கெட்ச் போட்டிருந்தது. இப்பொழுது தெலுங்கானா கட்சி சட்டமன்ற உறுப்பினர் அனிதாவிடம் தகாத வார்த்தைகள் பேசியதாக மீண்டும் ஒரு வருடம் சஸ்பெண்ட் செய்தார்கள். தோல்விகள், துரோகங்கள் ஒருபுறம் என்றால் எந்த வேலையையும் செய்யவிடாமல் ரோஜாவுக்குக் குடைச்சல் கொடுத்துக் கொண்டிருந்தார்கள்.

ஒவ்வொரு முறையும் ஜெகன்மோகன் ரெட்டிக்காகச் சட்டமன்றத்தில் ரோஜா பேசியது வீர முழக்கமாக இருந்தது. இதை எப்படி எல்லாம் தடுக்க வேண்டுமோ அப்படி எல்லாம் அவர்கள் தடுத்துப் பார்த்தார்கள். இரண்டாம் முறை அவரை இடைநீக்கம் செய்தது, கட்சிப் பாகுபாடின்றி மக்களிடத்தில் ரோஜா மீது பரிவுவரக் காரணமாகிப் போனது.

தெலுங்கானா கட்சிக்காரர்கள் சொந்தக் காசில் சூனியம் வைத்துக் கொண்டார்கள் என்பது அவர்களுக்குத் தெரிந்தும் பயனில்லாமல் போனது. எல்லாவற்றுக்கும் சேர்த்து 2019-ஆம் ஆண்டு ரோஜா மிகத் தீவிரமாகப் பிரச்சாரம் செய்தார். அதுமட்டுமின்றி அடிமட்டத் தொண்டனுடன் சேர்ந்து வேலை செய்தார். இந்த முறையும் நகரி தொகுதி மக்கள் ரோஜா பக்கம் நின்றார்கள். இந்த ஆண்டு ரோஜா மட்டும் ஜெயிக்கவில்லை, ஜெகன்மோகன் ரெட்டியும் சந்திரபாபுவை எதிர்த்துப் போட்டியிட்டு முதலமைச்சரானார்.

முதலமைச்சர் ஆனவுடன், தடால் புடாலாக ஐந்து துணை முதல் அமைச்சர்கள் பதவி ஏற்பார்கள் என்று அறிவித்தார். ரோஜாவின் விசுவாசிகள் படு ஆர்வமாக இருந்தார்கள். கண்டிப்பாக அந்த ஐந்து பேரில் ரோஜாவின் பெயர் வரும் என்று எதிர்பார்த்தார்கள். காரணம்- ஜெகன்மோகன் ரெட்டியின் பிரச்சார பீரங்கியாக ரோஜா களப்பணி செய்திருந்தார்.

ஆனால் எதிர்பார்ப்பு பொய்த்துப் போனது. எம்.பி. சீட்டாவது கிடைக்கும் என்று எதிர்பார்த்து அதுவும் ஏமாற்றத்தில் முடிந்தது. சந்திரபாபு செய்த அதே தவறை ஜெகனும் செய்கிறார் என்று ரோஜாவின் ஆதரவாளர்கள் கொதித்துப் போனார்கள். ஜெகன்மோகன் ரெட்டி பதவி ஏற்புக்கு, அமைச்சர் பதவி கிடைக்காத பலர் விழாவை புறக்கணித்தார்கள். ஆனால் ரோஜா அந்த விழாவில் கலந்து கொண்டு வாழ்த்துகளைத் தெரிவித்தார்.

ஜெகன் கணக்கு வேறாக இருந்தது. ரோஜாவை ஆந்திரப் பிரதேச தொழில்துறை உள்கட்டமைப்பு கார்ப்பரேஷன் லிமிடெட்டின் தலைவராக பொறுப்பேற்கும்படி அழைத்தார். ரோஜாவிற்கு சின்ன ஏமாற்றம் இருந்தாலும் கிடைத்த பொறுப்பில் மும்முரமாக வேலை செய்தார்.

இரண்டு தசாப்தங்களாக அரசியலில் சந்தித்த சறுக்கல்கள், சவால்கள், துரோகங்கள் எல்லாம் ரோஜாவை மேலும் திடமாக மாற்றி இருந்தது. 2022-ஆம் ஆண்டு சுற்றுலா, கலாச்சாரம் மற்றும் இளைஞர் மேம்பாட்டுத் துறை அமைச்சராக பதவி ஏற்றார்.

இத்தோடு அத்தியாயம் முடிவடையவில்லை. பதவி, புகழ், விருது, பணம் என்று இலக்காக வைத்துக் கொள்பவர்கள் காணாமல் போக வாய்ப்பு இருக்கிறது. தன்னைக் கொஞ்சம் கொஞ்சமாகச் செதுக்கிக் கொள்பவர்களுக்கு பதவி எல்லாம் இலக்கல்ல.

2023-ஆம் ஆண்டு அவர் மீது சந்திரபாபு நாயுடு கட்சியினர் வைத்த உச்சபட்ச தாக்குதல் அருவருப்பானது. அவர் பாலியல் படங்களில் நடித்திருப்பதாக கோஷங்கள் போட்டார்கள். அதற்கான சாட்சி அவர்களிடம் இருக்கிறது என்று சொல்லிக் கொண்டிருக்கிறார்கள். ஆனால் இந்தக் கட்டுரை எழுதும் இந்த நொடி வரையில் அப்படியொரு ஆதாரத்தை அவர்கள் எங்கும் சமர்பிக்கவில்லை. இதற்குப் பின்னால் இருக்கும் ஒரே நோக்கம்

பெண்களை தரக்குறைவாக அவர்கள் நடத்தையைப் பற்றி பேசினால் அவர்கள் சுருங்கி விடுவார்கள் என்ற எண்ணமே காரணம்.

ஆனால் இருபது வருடங்களுக்கு மேல் அரசியலில் வலம் வந்து கொண்டிருக்கும் ரோஜாவுக்கு இது எந்த திசையிலும் தடையாக இருக்கப் போவதில்லை.

சாதனை என்பது சவால்களை மீறி இயங்கிக் கொண்டிருப்பது என்பதை ரோஜா வாழ்க்கையில் இருந்து புரிந்து கொள்ளலாம். அதுமட்டுமின்றி தன் மகளுக்கும் மகனுக்கும் சிறந்த தாயாகவும், குடும்பத்தையும் பார்த்துக் கொண்டு அவர் அரசியல் பயணத்தையும் சிறப்பாகவே நடத்திக் கொண்டு போகிறார்.

இலக்கை அடைய பொறுமை, சாமார்த்தியம், உழைப்பு, விடாமுயற்சி என்று வெற்றிக்கு தேவையான எல்லா இத்யாதிகளும் இருக்க வேண்டும். வெற்றி என்பது பணமோ பதவியோ இல்லை. தன் மீது வீசப்படும் ஒவ்வொரு தடங்கல்களையும் தகர்த்தெறிந்து நடை போடுவது தான் முக்கியம் என்று ரோஜாவின் வாழ்க்கையிலிருந்து தெரிந்து கொள்ளலாம்.

ஆதர்ச குருவான ஜெயலலிதா, ரோஜாவிடம் சொன்னது போல், குடும்பத்தையும் அரவணைத்துக் கொண்டு அரசியலிலும் பயணித்து வருகிறார். ஜெயலலிதா தனக்குக் கிடைக்காத ஒன்றை தன்னை நேசிக்கும் ஒரு பெண்ணுக்கு சரியாக வழிகாட்டிவிட்டு சென்றிருக்கிறார்.

10. ராமாபாய் அம்பேத்கர்

இதுவரை பார்த்த பெண்கள் அனைவரும் ஏதோ ஒரு துறையில் சாதனை படைத்தவர்கள். அப்படி எந்தக் குறிப்பிட்ட துறையிலும் அல்லாமல் வெறும் குடும்பத் தலைவியாக மட்டுமே இருந்து சாதித்தவர் இந்தக் கட்டுரையின் நாயகி.

இவர் அப்படி எந்தச் சாதனையும் செய்யவில்லை. ஆனால் இவர் செய்த தியாகத்துக்கு இன்று இந்தியர்கள் அனைவரும் இவரைப் போற்றித் துதித்திடல் வேண்டும். அந்த வகையில் அவர் தன் கணவர் சாதனை படைக்க உடன் நின்றார்.

மஹாராஷ்டிரா மாநிலத்தில் உள்ள ரதனகிரி மாவட்டத்தில் இருக்கிறது தீண்டாமைக்குப் பெயர் போன வானந்த கிராமம். 1879-ஆம் ஆண்டு பிப்ரவரி மாதம் ஏழாம் தேதி தோத்ரே மற்றும் ருக்குமணி தம்பதிக்கு மூன்றாவது மகளாக பாக்கியரதி என்ற பெண் குழந்தை பிறந்தது.

தோத்ரே கூடைகளில் மீன்களை எடுத்துக் கொண்டு தாபுல் துறைமுகத்திலிருந்தும் ஹார்னை மீன்பிடி இடத்திலிருந்தும் மீன் மார்க்கெட்டுக்கு கொண்டு வரும் வேலையைச் செய்து கொண்டிருந்தார். பாக்கியரதியோடு மூன்று பெண் குழந்தைகளும் ஒரு ஆண் குழந்தையும் இருந்தார்கள். ருக்குமணி திடீரென்று

நோயுற்று இறந்துபோய்விடுகிறார். சிறிது இடைவெளியில் தோத்ரேவும் காலஞ்சென்று விடுகிறார்.

பாக்கியரதியின் மாமாக்கள் இருவர் குழந்தைகளை அழைத்துக் கொண்டு பம்பாய் சென்றுவிடுகிறார்கள். பத்தொன்பதாம் நூற்றாண்டில் பால்ய விவாஹம் என்பது நடைமுறையிலிருந்தது. பம்பாயில் ரத்னகிரி மாவட்டத்தில் இருக்கும் அம்பாதாவே கிராமத்தில் இருந்து ராம்ஜி சக்பல் தன் குழந்தைகளோடு இடம் பெயர்ந்திருந்தார். அவர் மஹர் என்ற ஒடுக்கப்பட்ட சமூகத்தைச் சேர்ந்தவர். தன் கிராமத்தில் தீண்டாமை தலைவிரித்தாடியதால் பம்பாய் நகரத்தில் தீண்டாமை இருக்காது என்று நம்பி வந்தவர்.

மீனவச் சந்தையில் பாக்கியரதியைப் பார்த்தார். பாக்கியரதியின் மாமன்மார்களிடம் சென்று தன் மகன் பீம்ராவிற்குப் பெண் வேண்டிக் கேட்டார். அப்பொழுது பீமின் வயது பதினைந்து.

ஊரையடைத்துப் பந்தல் போட்டு, விருந்து வைத்துத் திருமணம் செய்ய இரண்டு குடும்பங்களுக்கும் வசதி இல்லை. 1906-ஆம் ஆண்டு மீன் மார்க்கெட்டில் இரவு வியாபாரம் முடிந்தபின் இரு வீட்டாரும் சேர்கிறார்கள். கொஞ்சம் பந்துக்களும் வருகை தருகிறார்கள். மீன் சுத்தம் செய்யும் பலகைகள் அனைத்தையும் சேர்த்து மேடை போடுகிறார்கள். கெட்டி மேளம் இல்லை, ஆனால் பீம் குடும்பத்தின் வழக்கப்படி பாட்டுப் பாடி பறையிசை ஒலிக்கத் திருமணம் முடிகிறது.

பாக்கியரதி ராமாபாயாக மாறுகிறார். ராம்ஜி சக்பல் தன் மருமகளிடம், “பீம் படிக்க வேண்டும், மேலும் மேலும் தொடர்ந்து படிக்க வேண்டும். அப்பொழுதுதான் ஒடுக்கப்பட்ட மக்கள் மேலே வர முடியும். படிப்பதற்கு வெளிநாடு செல்லும் வாய்ப்பும் வரலாம். எக்காரணத்தைக் கொண்டும் அவன் படிப்பை நிறுத்து என்று நீ சொல்லக் கூடாது” என்று சொல்கிறார்.

அந்தக் கணத்தில் ராமாபாய்க்கு அவர் செய்யப் போகும் தியாகம் பற்றி முழுக் காட்சியும் தெரியாது. அந்தச் சிறுமி மனதில் பீம் ராவ் படிக்க வேண்டும். அதற்கு முடிந்தளவு தான் உடன் நிற்க வேண்டும் என்பது மட்டும் தெரிந்தது.

மனைவி என்றால் கணவனுக்குச் சேவை மட்டுமே செய்ய வேண்டும், கணவனும் மனைவியிடம் தான் பெரியவன் என்று

காட்டி மிடுக்காக நடக்க வேண்டும் என்ற நிலைதான் அப்போது இருந்தது. ஆனால் பீம் ராவ் தன் மனைவிக்குப் படிக்க, எழுதச் சொல்லித் தருகிறார். அவர் இலக்கைச் சொல்லிப் புரிய வைக்கிறார். சமூக விளிம்பு நிலை குறித்துப் பேசுகிறார். ராமு என்று பாசமாக அவர் விளிப்பதும் சாஹெப் என்று பீமை ராமாபாய் அழைப்பதும் அன்பின் வெளிப்பாடாக இருந்தது.

தீண்டாமையையும் தாண்டி 1907-ஆம் ஆண்டு பீம்ராவ் மெட்ரிக் பரீட்சையில் முதலிடம் பெறுகிறார். அதுநாள்வரை படிப்பு வாசம் அறியாத மஹர் சமூகம் அந்த வெற்றியை விழா வைத்துக் கொண்டாடுகிறார்கள். அந்த விழாவிற்கு வந்திருந்த தாதா கெலுஸ்கர் என்ற எழுத்தாளர் அவருக்குப் புத்தர் பற்றிய புத்தகத்தைக் கொடுக்கிறார்.

பரோடா அரசர் பீம்ராவ் படிப்பதற்கு ஊக்கத் தொகை கொடுக்கிறார். பீம்ராவ், பம்பாய்ப் பல்கலைக்கழகத்தைச் சேர்ந்த எல்பின்ஸ்டன் கல்லூரியில் சேர்ந்து பொருளாதாரம் மற்றும் அரசியல் அறிவியல் படித்து முடிக்கிறார். பரோடா சமஸ்தானத்தில் வேலை கிடைக்கிறது. ஆனால் தீண்டாமை நாலா திசையிலும் தலைவிரித்து ஆடிக் கொண்டிருந்த சமயம். அந்த நேரத்தில் தந்தை நோயுற்றுக் காலமாகிவிடுகிறார்.

மீண்டும் பரோடா அரசரின் உதவித் தொகையில் மேற்படிப்பு படிக்க கொலம்பியா செல்கிறார். அந்த நேரத்தில் பலர் ராமாபாயிடம் பீம்ராவை வெளிநாடு செல்ல விடவேண்டாம் என்று சொல்லுகிறார்கள். எதையும் காதில் வாங்கிக் கொள்ளாமல் பீம்ராவின் இலட்சியத்தில் நம்பிக்கை கொண்டு அவரை வழியனுப்புகிறார். இந்த இடைவெளியில் நான்கு குழந்தைகள் பிறக்கிறார்கள். யஷ்வந்த், கங்காதர், ரமேஷ், மகள் இந்து.

உதவித் தொகை வாங்கிச் சென்ற பீம்ராவிடம் வீட்டுக்கு அனுப்பக் கையில் பணம் இருக்கவில்லை. குழந்தைகளுக்கு ஒருவேளை பாலாவது வாங்கிக் கொடுக்க வேண்டும். ஒரு வாய் அன்னமாவது கொடுக்க வேண்டும் என்று ராமாபாய் யோசிக்கிறார்.

கடைசியில் அவர் மனதில் உதித்த வழி வரட்டி தட்டி விற்பது. படித்துக் கொண்டிருக்கும் கணவனுக்கு இழுக்கு ஏற்படக் கூடாது. சாணத்தைச் சேகரிக்க விடியற்காலை ஐந்து கிலோமீட்டர் நடந்து

சென்று சாணம் கொண்டு வருவார். வரட்டி தட்டி மாலையில் விற்பார். பலர் செய்யும் கேலிகளையும் சிறுமைப்படுத்துவதையும் அவர் ஒருபோதும் மனதில் ஏற்றுக் கொண்டதில்லை. அது சிறுவயதிலிருந்து பழகிப் போன ஒன்றாக இருந்தது.

மனம் வருந்தும் போது பீம்ராவின் தம்பி மனைவி லக்ஷ்மி பாயிடம் மட்டும் சொல்லி வேதனைப் படுவார். இந்த வரட்டி வியாபாரத்தை ஒரு போதும் பீம்ராவுக்கு அவர் தெரியப்படுத்தவில்லை. எப்படியோ தெரிந்து கொண்டவர், “அய்யோ... நான் என்ன செய்வேன்? ஒரு வேளை பாலுக்குக்கூட வழிசெய்ய என்னால் முடியவில்லையே” என்ற இயலாமையில் வேதனைப்படுகிறார். ராமாவை நினைத்து அவர் கன்னங்கள் ஈரமாகின்றன.

அப்படியே நாள்கள் செல்கின்றன. பீம் படிப்பில் மூழ்கி விடுகிறார். அவ்வப்போது ராமா ஞாபகம் வரும்போது கடிதம் எழுதுவார். அப்படியே ராமாவும் அவ்வப்போது சாஹெபுக்கு கடிதம் எழுதுவது வழக்கம். இதற்கிடையில் குழந்தைகள் நோய்வாய்ப்படுகிறார்கள். மரத்திலிருந்து உதிரும் இலைகள் போல் யஷ்வந்தைத் தவிர்த்து அனைத்துக் குழந்தைகளும் இறந்து விடுகிறார்கள். இந்தச் சோகச் செய்தியைப் பீமுக்கு தெரியப்படுத்தினால் கண்டிப்பாகப் படிப்பை விட்டு வந்துவிடுவார் என்று ராமாபாய் மறைத்து விடுகிறார். அந்த துக்க நாள்களில் எழுதும் மடலில், “சாஹெப், நாங்க எல்லோரும் நல்லா இருக்கோம். நீங்க எங்க கவலையுமின்றிப் பத்திரமாக இருக்கவும்” என்று எழுதுகிறார். எல்லாம் சரியாக இருப்பது போலவே அவர் கடிதங்கள் இருக்கின்றன.

ராமா கொடுத்த தைரியமும் நிம்மதியும் அவர் படிப்பைச் சிறப்பாகச் செய்ய வழி செய்கிறது. தொடர்ந்து படிக்கிறார். எம்.ஏ பொருளாதாரம் மட்டுமில்லை, வரலாறு, சமூகவியல், தத்துவம், மானுடவியல் என்று அனைத்திலும் பட்டம் பெறுகிறார். அதுமட்டுமின்றி இந்தியாவில் சாதிகள் என்ற தலைப்பில் ஆராய்ச்சிக் கட்டுரையை சமர்ப்பித்து முனைவர் பட்டம் பெறுகிறார். எல்லாம் முடிந்து நாடு திரும்பும் போது வருடங்கள் கடந்திருந்தன.

மெட்ரிக் பரீட்சையில் முதலிடம் பிடித்ததற்கே மஹர் சமூகம் விழா வைத்தது என்று பார்த்தோம். முனைவர் பட்டம் பெற்று நாடு திரும்பும் அம்பேத்கருக்கு விமான நிலையத்திலே

ஆரவாரம், மாலை, பறை ஒலி என்று வரவேற்க மக்கள் காத்துக் கொண்டிருக்கிறார்கள். அவர்களுக்கு நடுவில் ராமாபாயும் தன் கணவனுக்காக மாலை வாங்கிக் கொண்டு சென்றார். கூட்டம் கலைந்தபின் மனைவியின் மாலையை வாங்கிக் கொள்கிறார் அம்பேத்கர். ஊர் வந்தவுடன் குழந்தைகளைப் பார்க்க வேண்டும் என்று அவர் மனம் துடிக்கிறது. வீடு வந்தவருக்கு ராமா சொன்ன செய்தி அதிர்ச்சியளிக்கிறது. அதைவிட எல்லாச் சோகங்களையும் தாங்கி, தன் இலக்குக்காக ராமா தனியாக அனுபவித்த வலியை நினைத்துத் துடிக்கிறார்.

படித்து முடித்து வந்தவர் ஒப்பந்தப்படி பரோடாவில் மிலிட்டரி செகரட்டரியாக வேலைக்குச் சேருகிறார். ஆனால் இன்னும் தீண்டாமை ஒழிந்தபாடில்லை. அவர் பெரிய ஆபீஸராக இருந்தாலும் அவர் குடிக்கும் தண்ணீர் டம்ளரைத் தனியாகவே வைத்திருந்தான் ஆபீஸ் பாய்.

குடும்ப வறுமையைப் போக்கக் கல்லூரிக்கு வேலைக்குச் செல்கிறார். கல்லூரி மட்டுமில்லை, அக்கவுண்டண்ட், பொருளாதார டியூஷன் என்று பல வேலைகளைப் பார்க்கிறார். கல்லூரி விரிவுரையாளர் வேலைக்குச் சென்று ஐந்நூறு ரூபாய் கொண்டு வந்து ராமாவிடம் கொடுக்கிறார். ராமாவின் கண்களில் நிம்மதியின் ஈரம். இனி வரட்டி தட்ட வேண்டியதில்லை என்ற நிம்மதி. அவர் கண்களைப் பார்த்த சாஹெபுக்கு எல்லாம் தெரிந்தது. அமைதியாக ராமா அதிலிருந்து ஐம்பது ரூவாயை வீட்டுச் செலவுக்கு எடுத்துக் கொண்டு மிச்சம் இருக்கும் பணத்தை சாஹெப்பிடம் கொடுத்து விடுகிறார்.

பணம் பார்த்துத் தன்னிலை மாறாத மனைவியைப் பார்த்து மனம் நெகிழ்கிறார் பீம்ராவ். சிக்கனமாக அவர் குடும்ப நிர்வாகம் செய்ததால், கையில் இருக்கும் பணத்தைப் போட்டு அம்பேத்கர் 'மூர்க் நாயக்' என்ற பத்திரிகையை ஆரம்பித்தார். 'மூர்க் நாயக்' என்றால் ஊமைகளின் தலைவன். ஒடுக்கப்பட்ட மக்களின் குரலாக 'மூர்க் நாயக்' வெளிவந்தது. தீண்டாமை ஒழிப்பு நடவடிக்கைகள் எடுக்க அந்தப் பத்திரிக்கை முக்கியப் பங்காற்றி உள்ளது. அதுமட்டுமின்றி அம்பேத்கர் புத்தகங்கள் வாங்கிப் படிப்பதற்கும் ராமாவின் சிக்கனம் கை கொடுத்தது.

சிக்கனமாக ராமாபாய் இருந்ததால் 1920-ஆம் ஆண்டு லண்டன்

சென்றார் அம்பேத்கர். அங்கு சட்டக் கல்வி முடித்தார். அதுமட்டுமின்றி ரிசர்வ் வங்கி இந்தியாவில் தொடங்க வழி மற்றும் ரூபாய் பற்றி ஆய்வு செய்து முனைவர் பட்டம் பெற்றார். நாடு திரும்பிய அம்பேத்கர் வழக்கறிஞராகப் பணியாற்றினார். ஒடுக்கப்பட்ட மக்களுக்காக அவர்கள் உரிமைக்காகப் போராடினார். பிறப்பால் மக்களை உயர்ந்தோர் தாழ்ந்தோர் என்று சொல்லும் பாகுபாட்டை எதிர்த்துத் தொடர்ந்து போராடினார். 1924-ஆம் ஆண்டு சைனிக் இயக்கத்தை உருவாக்கினார்.

அந்த இயக்கத்தின் மூலம் மகர் குலத்தில் தண்ணீர் எடுக்க ஒடுக்கப்பட்ட மக்கள் அனுமதிக்கப்படாததை எதிர்த்துப் போராட்டம் நடத்தினார். அந்தப் போராட்டத்தில் ராமாபாயும் கலந்து கொண்டு தன் எதிர்ப்பைப் பதிவு செய்தார். தீண்டாமையை ஆதரிக்கும் மனுஸ்மிருதி புத்தகத்தை எரிக்கும் போராட்டத்தில் பங்கு கொள்கிறார். அம்பேத்கரை எதிர்த்து வரும் வசைச் சொல்லுக்கு தக்க பதிலடி கொடுத்து அநீதியை எதிர்த்து போராடும் அம்பேத்கரின் மனைவியாக நிற்கிறார்.

இதற்கிடையில் ஐந்தாவது குழந்தை ராஜ்ரத்னா இறந்து விடுகிறது. அந்தத் துக்கம் ஒருபுறம் இருக்க, சமூக சீர்த்திருத்த வேலைகள் நடந்து கொண்டிருந்தன. நாட்டில் நடக்கும் சீர்திருத்த நடவடிக்கைகளைக் குறித்து ஆய்வு செய்ய லண்டனிலிருந்து வந்த சைமன் குழுவோடு சேர்ந்து அம்பேத்கர் வேலை செய்தார். 1930-ஆம் ஆண்டு லண்டனில் நடந்த வட்ட மேஜை மாநாட்டில் அவர் பேசியது தினநாளிதழ்களில் தலைப்புச் செய்தி ஆனது. மாநாடு முடிந்ததும் அம்பேத்கர் மனைவி ராமாவிற்குத் தன் கைப்பட ஒரு கடிதம் எழுதுகிறார். அதில் அவர் எழுதிய வரிகள் ஒவ்வொன்றையும் ராமாபாயின் தியாகத்துக்கும் சகிப்புத் தன்மைக்கும் சாட்சியாக எடுத்துக் கொள்ளலாம்.

அந்தச் சாட்சியின் சில பகுதியை இந்தக் கட்டுரையில் கொடுப்பது அவசியம்.

ராமா, நீ எப்படியிருக்கிறாய் ராமா..?

இன்று முழுக்க உன்னையும், யஷ்வந்தையும் பற்றியே நினைத்துக் கொண்டிருந்தேன். உன்னைப் பற்றி எண்ணுகையில் உருக்குலைந்து போகிறேன். சமீப காலங்களில் என்னுடைய உரைகள் பெரும்

விவாதங்களை எழுப்பியிருக்கின்றன. வட்ட மேஜை மாநாட்டில் நான் நிகழ்த்திய உரைகள் நன்றாகவும், ஊக்கமூட்டுவதாகவும் இருந்ததாகச் செய்தித்தாள்கள் குறிப்பிட்டுள்ளன. அதற்கு முன்னால், இந்த மாநாட்டில் என்னுடைய பங்கு என்ன எனப் பிரதிபலித்துக் கொண்டிருந்தேன். நம் நாட்டின் ஒடுக்கப்பட்ட குடிமக்களின் முகங்கள் கண்முன் நின்றன. பல்லாயிரக்கணக்கான ஆண்டுகளாக இவர்கள் வலியிலும், துயரத்திலும் உழன்று அல்லல்படுகிறார்கள். தங்களுடைய துயரங்களுக்கு முடிவோ, விடிவோ இல்லையென்று நம்புகிறார்கள். நான் அதிர்ந்து போனேன் என்றாலும், இந்தத் தீமைக்கு எதிராகப் போரிட்டுக் கொண்டிருக்கிறேன். பெரும் அறிவுறுதியைப் பெற்றவனாக உணர்கிறேன். என்னுடைய மனதில் பல சிந்தனைகள் நிழலாடுகின்றன. இதயம் பலவகையான உணர்ச்சிகளால் நிரம்பியுள்ளது.

நான் நம் வீட்டையும், உங்கள் எல்லோரையும் காணத்துடிக்கிறேன். உன்னை எண்ணி பிரிவுழல்கிறேன். யஷ்வந்தின் நினைவு வாட்டியெடுக்கிறது. என்னை வழியனுப்பக் கப்பல் வரை வந்தாய். உன்னை வரவேண்டாம் என்று நான் சொல்லியும், எனக்குப் பிரியாவிடை கொடுக்க ஓடோடி வந்தாய். சுற்றியிருந்த மக்கள் என்னை ஆரவாரத்தோடு வழியனுப்பி வைப்பதைக் கண்கூடாகப் பார்த்தாய். நீ நன்றியுணர்வால் நிறைக்கப்பட்டவளாக, உணர்ச்சிவயப்பட்டவளாகக் காட்சியளித்தாய். உன்னுடைய உணர்வுகளைச் சொற்களைக்கொண்டு வெளிப்படுத்த இயலாமல் நின்றாய். நீ பேச நினைத்ததை எல்லாம் உன் விழிகள் தெரியப்படுத்தி விட்டன. நீ உதிர்க்கும் சொற்களைவிட உன்னுடைய மௌனம் பலவற்றைப் பேசியது. உன் நாவினில் சொற்கள் பூத்தன. எனினும், உன் விழித்துளிகளே அச்சொற்களின் முழுப்பொருளாகும். அந்தக் கண்ணீர்த்துளிகள் வாய்மொழி வெளிப்படுத்த இயலாதவற்றையெல்லாம் பேசின.

உன்னைப்பற்றியே ஓயாமல் நினைத்துக்கொண்டிருக்கிறேன். யஷ்வந்த் குறித்தும் எண்ணிக் கொண்டிருக்கிறேன். உன்னை நான் புரிந்து கொள்ளவில்லை என எண்ணிவிடாதே ராமா. உன் வேதனையை நான் உணர்கிறேன். உதிரும் இலைகளைப் போல உன் உடல்நலம் தேய்வதையும், உன் உயிர் மரம் காய்ந்து சருகாவதையும் அறிவேன். ஆனால், நான் என்ன செய்ய இயலும்

ராமா? எப்போதும் விலக மறுக்கும் வறுமை ஒருபுறம் இழுக்கிறது, மற்றொருபுறம் என்னுடைய பிடிவாதமும், உறுதிமிக்க சபதமும் நிற்கிறது. அறிவைத் தேடியடைய வேண்டும் எனும் என்னுடைய சபதம்.

வேறு எதைப்பற்றியும் கவலைப்படாமல் அறிவுத்தேடலில் என்னை மூழ்கடித்துக்கொண்டு விட்டேன். என்னைத்தாங்கும் வலிமைமிக்க தூணாக நீயே இருக்கிறாய். என்னுடைய உலகத்தைக் கவனித்துக் கொள்கிறாய். உன் கண்ணீரைக்கொண்டு என் மனவுறுதியை வளர்த்தெடுக்கிறாய். இதனால்தான் எல்லையற்ற அறிவுப் பெருங்கடலில் எந்தத் தடையுமின்றி நான் ஊறித் திளைக்க முடிகிறது. நான் சத்தியமாகக் கொடுமைக்காரன் இல்லை ராமா. என் அறிவு வேட்கையைச் சளைக்காத தேடலின் மூலம் தணித்துக் கொண்டிருக்கிறேன். இதிலிருந்து திசைதிருப்பும் எதுவும் என்னைக் காயப்படுத்துகிறது. என் அமைதியை சீர்குலைத்து, கோபம்கொள்ள வைக்கிறது. எனக்கும் இதயம் உள்ளது ராமா, நான் பரிதவிக்கிறேன். ஆனாலும், புரட்சிக்கு என்னை ஒப்புக்கொடுத்திருக்கிறேன். இந்த உயரிய லட்சியத்திற்காக என் உணர்ச்சிகளைத் தீயிட்டு பொசுக்க வேண்டிய நிலைக்குத் தள்ளப்பட்டுள்ளேன். இதனால், நீயும், யஷ்வந்தும்கூடச் சமயங்களில் பாதிக்கப்பட்டிருக்கிறீர்கள் என்பது உண்மை. ஆனால், இந்த மடலை ஒரு கையால் எழுதிக்கொண்டே இன்னொரு கரத்தால் உன் கண்ணீரைத் துடைக்கிறேன்.

ராமா, இந்த மடலை படித்துக்கொண்டிருக்கும் போதே உன் விழிகளில் வழியும் நீரின் ஈரத்தை உணர்கிறேன். நீ திக்குமுக்காடிப் போயிருக்கிறாய் என எண்ணுகிறேன். உன் இதயம் கனத்துப் போயிருக்கும். உன் உதடுகள் நடுங்கிக்கொண்டிருந்தாலும், உன் உணர்ச்சிகளுக்கு நீ சொல்ல முயல்பவற்றைக் கடத்தும் வார்த்தைகள் கிடைக்கவில்லை. நீ அத்தகைய உடைந்துவிடக்கூடிய உணர்ச்சிகரமான நிலையில் இருக்கிறாய்.

ராமா, நீ என் வாழ்க்கையில் இல்லையென்றால் என்னாகி இருக்கும்? நீ என் துணையாக உடன்வராமல் போயிருந்தால் என் வாழ்க்கை எப்படியிருந்திருக்கும்? வாழ்க்கையில் சொத்து சுகமே முக்கியம் என எண்ணுபவளாக இருந்திருந்தால், என்னைத் தனியே தவிக்கவிட்டு போயிருப்பாள். யாராவது எப்போதும் பசியால் வாடவும், பம்பாயில் பசுமாட்டின் சாணியைத் தேடியலையவும்,

அதை வறட்டியாக்கி அடுப்பெரிக்கவும் விரும்புவார்களா? வீட்டில் கிழிந்துபோன துணிகளை ஒட்டுப்போட்டுக் கொண்டும், வறுமைக்கொடுமையில் நான் கொட்டும், 'ஒரே ஒரு வத்திப்பெட்டி தான் மாதம் முழுவதற்கும்' அல்லது 'இருக்கிற அரிசி,பருப்பு, உப்பை வச்சு மாசக்கடைசி வரை ஓட்டித்தான் ஆகணும்' முதலிய சொற்களைத் தாங்கிக் கொள்வார்களா?

என்னுடைய ஆணைகளை நீ கடைப்பிடிக்காமல் முரண்டு பிடித்திருந்தால் என்னாகி இருக்கும்? நான் உடைந்து போன உள்ளத்தோடு, என் சபதத்தைக் காப்பாற்ற முடியாதவனாகப் போயிருப்பேன். முற்றிலும் நிலைகுலைந்து, எண்ணிப்பார்க்கக்கூட முடியாத அளவுக்கு என் கனவுகள் சுக்குநூறாகியிருக்கும். ராமா, என் வாழ்வில் நான் தேடுவதையெல்லாம் தொலைத்திருப்பேன். எல்லாமும், என்னுடைய எல்லா உள்ளக்கிடக்கைகளும் நிறைவேறாமல், காயப்பட்டுப் போயிருப்பேன். சிறு பதரைப்போலப் பொருளற்றவனாக இருந்திருப்பேன்.

உன்னையும், என்னையும் பார்த்துக்கொள். சீக்கிரம் ஊர் திரும்பிவிடுவேன். கவலைப்படாதே.

என்னுடைய நல்வாழ்த்துகளை அனைவருக்கும் தெரியப்படுத்தவும்.

உன்னுடைய,
பீமாராவ்,
லண்டன்,
30 டிசம்பர் 1930

வட்ட மேஜை மாநாட்டுக்குப் பின் வந்த கொலை மிரட்டல்களைப் பார்த்து ராமாபாய் ஒருபோதும் அஞ்சவில்லை. அம்பேத்காரின் கனவுக்காக, குழந்தைகளுக்காக அவர் சந்தித்த வறுமை, சகிப்புத் தன்மை அவரைப் பலவீனமாக்கி இருந்தது. அவரது உடல் நலம் கொஞ்சம் கொஞ்சமாக மோசமான நிலையை நோக்கிச் சென்று கொண்டிருந்தது. அம்பேத்கர் அவர் அருகில் இருந்து பார்த்துக் கொண்டார். இருபத்தி ஒன்பது ஆண்டுகள் திருமண வாழ்க்கையில் பல வருடம் கணவனின் இலட்சியத்துக்காகப் பிரிந்திருந்தவருக்குக் கடைசிக் காலத்தில் அவரது அருகாமை கிடைத்தது.

1935-ஆம் ஆண்டு மே மாதம் இருபத்தேழாம் தேதி தன் இறுதி

மூச்சை கணவன் மடியிலே துறந்தார்.

சுயநலமின்றி சமூகத்துக்காக, நாட்டு நலனுக்காக அவர் அம்பேத்கரை விட்டிருக்கவில்லை என்றால் இந்தியச் சாசனத்தை அம்பேத்கர் எழுதியிருக்க மாட்டார். மாற்றங்கள் வந்திருக்காது. பெரிய இலட்சியத்துக்காக தான் செய்த செயல்களைத் தியாகம் என்று ஒருபோதும் அவர் நினைத்திருக்க மாட்டார்.

11. சாவித்ரி பாய் பூலே

சாதிப்பதற்குச் சரியான சூழல் வேண்டும். வசதி இருந்தால் நல்லது. குடும்பம் புரிந்து கொண்டால் சிறப்பு. சுற்றி இருப்பவர்கள் வழிவிட்டால் எல்லாம் சுலபம். இப்படியெல்லாம் இருந்தாலும் சாதனை நிகழ்வது கிடையாது. நூற்றுத் தொண்ணூறு வருடங்களுக்கு முன் புரிதலற்ற சமூகத்தில் சாதனை செய்த முதல் ஆசிரியையின் கதை இது.

சுதந்திரத்திற்கு முன் ஆங்கிலேயர்கள் ஆதிக்கம் ஒருபுறம் இருக்க, ஆண்ட ஜாதியின் ஆட்டங்கள் மக்களை ஒடுக்கி வைத்திருந்தன. அதிலும் பெண்கள் என்றால் வீட்டில் இருக்கும் ஒரு அண்டா குண்டா மாதிரியான சமாச்சாரம் மட்டுமே.

பால்ய விவாகம் அந்தக் காலத்தின் வாழ்க்கைமுறை. திருமணமான சிறுமி கைம்பெண்ணாக இருந்தால் சதி ஏற வேண்டும். மொட்டை அடித்துக் கொண்டு மூலையில் முடங்க வேண்டும். கைம்பெண் கர்ப்பமாக இருந்தால் சமூகம் தரும் வசைச் சொல்லுக்கு அஞ்சி தற்கொலைகள் நடந்தன.

மஹாரஷ்டிர மாநிலத்தில் இருக்கும் நைகாவ் என்ற கிராமத்தில் பெஷாவர் இனத்தவர்கள் ஆண்டு கொண்டிருந்தார்கள். மேல் சாதியினரும், பிராமணர்களும் மட்டுமே கல்வி பயில முடியும். பெஷாவர் அரச குடும்பத்துக்குப் பூ கொடுக்கும் மலி இனத்தவர்கள் சூத்திரர்களாகக் கருதப்பட்டார்கள்.

காண்டோஜி படேலுக்கும் அவரது மனைவி லக்ஷ்மிக்கும் 1831-ஆம் ஆண்டு ஜனவரி மாதம் பெண் குழந்தை பிறந்தது. அதற்கு சாவித்திரி என்று பெயர் சூட்டினார்கள். சாவித்திரி வளர வளர, படிக்க வேண்டும் என்ற ஆசை இருந்தது. ஆனால் அவள் மேல் சாதியிலோ அல்லது பிராமண குடும்பத்திலோ பிறக்காமல் மலி இனத்தில் பிறந்ததால் அதற்கான சாத்தியம் இல்லை என்பது அவளுக்குப் புரியவில்லை. அப்பா அந்தச் சிறு கிராமத்தின் தலைவர் என்றாலும், கீழ் சாதியைச் சேர்ந்தவர். அவளது கல்வி ஆசையைப் பார்த்தவர்கள், பெண்கள் கல்வி பயின்றால் அவள் கணவனுக்குச் சமைக்கும் உணவு விஷமாகிவிடும் என்று சொல்லிப் பயப்படுத்துகிறார்கள். கல்வி உணவை எப்படி விஷமாக்கும் என்று அந்தச் சிறுமி குழம்பினாள். அம்மாவிடம் கேட்டாள். "அதை திருமணத்திற்குப் பிறகு உன் கணவனிடம் கேள்" என்று முடித்துக் கொள்கிறார் தாய்.

அதே மாநிலத்தில் அப்பொழுது ஜோதிராவ் பூலே என்ற பதிமூன்று வயது சிறுவன் நன்றாகப் படித்து வந்தான். அவன் புத்திக் கூர்மையைப் பார்த்தவர்கள் பூ வியாபாரியான அவன் தந்தையிடம் அவனை எப்படியாவது படிக்க வைத்துவிடுங்கள் என்று கூறுகிறார்கள். அவனை அன்றைய சுவீடிஷ் பள்ளியில் சேர்க்கிறார்கள். அவனும் சிறப்பாகப் படிக்கிறான். ஆனால் எங்கு பார்த்தாலும் தீண்டாமை, பெண் அடிமைப் பிரிவினைகள் அவனைச் சுற்றி நடக்கின்றன. அந்தச் சமயத்தில் அவனுக்கும் ஒன்பது வயதான சாவித்ரிபாய்க்கும் திருமணம் நடக்கிறது.

தன் மனைவிக்குக் கல்வி மேல் இருக்கும் ஆர்வத்தைப் புரிந்து கொண்டு வீட்டிலேயே அவருக்குப் பாடம் சொல்லிக் கொடுக்கிறார் ஜோதிராவ் பூலே. தடைப்பட்ட கல்வியைக் கணவன் கற்றுக் கொடுக்க நல்ல பிள்ளையாகப் படித்துக் கொள்கிறார் சாவித்திரி.

வெளியே செல்லும் போது பெண்கள் மீது நடக்கும் அக்கிரமங்கள், தீண்டாமை, சாதிப் பாகுபாடு போன்ற அநியாயங்களை பார்க்கும் ஜோதிராவின் மனம் பதைபதைக்கிறது. என்ன செய்தால் இந்த நிலை மாறும் என்று யோசிக்கிறார். இந்த இருட்டிலிருந்து இவர்களை வெளிச்சத்துக்குக் கொண்டுவரும் சக்தி கல்விக்கு மட்டுமே இருக்கிறது என்பது புரிகிறது. ஆனால் எப்படிப் பெண்களுக்குக் கல்வி சொல்லித்தர முடியும்? அப்படிச் செய்தால்

பெஷாவர்கள் சும்மா விடமாட்டார்களே என்ற எண்ணமும் வருகிறது. எல்லா அக்கிரமங்களையும் பார்த்துக் கடந்து செல்ல அவரால் முடியவில்லை. என்ன செய்வதென்றும் தெரியவில்லை.

சாவித்திரியிடம் இந்த நிலையைப் பற்றிப் பேசிக் கொண்டிருக்கும் போது ஒரு யோசனை வருகிறது.

“சாவித்திரி, நம் வீட்டை மட்டும் சுத்தம் செய்து வெளிச்சத்தில் இருக்கிறோம். ஆனால் நம்மைச் சுற்றி அடர்ந்த இருட்டு சூழ்ந்திருக்கிறது. என்னால் மட்டும் இல்லை, யாராலும் ஆண் ஆசிரியர்களை வைத்துப் பாடம் சொல்லிக் கொடுக்க முடியாது. நீ இந்தச் செயலைச் செய்வாயா?”

இதைக் கேட்ட சாவித்திரி, இந்த வேலையை அகமகிழ்ந்து ஏற்றுக் கொள்கிறார். போகும் பாதை சவாலானது என்று தெரிந்தும் தன் மனைவியின் தைரியமும் நோக்கமும் பூலேவை நெகிழ வைக்கிறது. ஆசிரியர் பயிற்சிப் படிப்பை சாவித்திரி பாய் முறையாகப் பூனே சென்று படிக்கிறார். இவர்கள் செயலால் அதிருப்தி அடைந்த ஜோதிராவ் பூலேவின் தந்தை அவர்களை வீட்டிலிருந்து வெளியேற்றி விடுகிறார். ஜோதி ராவின் நண்பர் உஸ்மான் ஷேக்கின் வீட்டில் அடைக்கலம் கிடைக்கிறது. உஸ்மான் ஷேக்கின் தங்கை ஃபாத்திமா ஷேக், சாவித்திரிக்கு உற்ற தோழியாக மாறிப் போகிறார்.

முதலில் வீடு வீடாகச் சென்று பெண் குழந்தைகளுக்குப் படிப்பின் அவசியத்தை எடுத்துச் சொல்லி வந்தார் சாவித்திரி. இரண்டு மூன்று குழந்தைகள் படிக்கத் தயாரானார்கள். இதை அறிந்த பெஷ்வார் தலைவர்களும், சாஸ்திர சம்பிரதாயங்களின் தலைவர்களாக இருந்த பண்டிட்கள் சிலரும் சாவித்திரிக்கொரு பாடம் கற்றுத்தர நினைத்தார்கள். ஒவ்வொரு நாளும் மாணவர்களுக்குப் பாடம் சொல்லிக் கொடுக்கச் செல்லும் போதும் அவர் மீது சேற்றை வீசினார்கள். சாணத்தை வாரித் தெளித்தார்கள். கல்லெறிந்தார்கள்.

இதையெல்லாம் கண்டு சாவித்திரி பின்செல்லவில்லை. தன் கணவரின் யோசனைப்படி பழைய சேலையைக் கட்டிக் கொண்டு, நல்ல சேலையைப் பையில் வைத்துக் கொண்டு செல்வார். மாணவர்களுக்குப் பாடம் எடுக்கும் முன் தன் சேறு படிந்த சேலையை மாற்றிவிட்டு, சுத்தமான சேலையைக் கட்டிக் கொண்டு பாடம் நடத்துவார்.

1848-ஆம் ஆண்டு தன் கணவருடன் சேர்ந்து பூனேவின் பக்கத்திலிருக்கும் பீடேவாடா என்ற இடத்தில் எட்டு மாணவிகளைக் கொண்டு முதல் பள்ளியை உருவாக்கினார். இவருடன் தோழி ஃபாத்திமா ஷேக்கும் பாடம் சொல்லித் தரத் தயாரானார். இந்தியாவில் முதல் பெண் ஆசிரியை என்ற சிறப்பு சாவித்திரி பூலேவிற்கு தரப்பட்டது. அதைப் போலவே ஃபாத்திமா இஸ்லாம் இனத்தின் முதல் ஆசிரியராகச் சிறப்புப் பெற்றார். இவர் நடத்தும் பாடத்திட்டத்தில் கணிதம், அறிவியல் மற்றும் சமூக அறிவியல் ஆகியவை இருந்தன. அது மட்டுமின்றி மேற்கத்தியக் கல்வியை அவை அடிப்படையாகக் கொண்டிருந்தன.

ஒரு பள்ளி, மூன்று பள்ளியானது. மூன்று 1851-ஆம் ஆண்டில் பதினெட்டுப் பள்ளிகளாக உயர்ந்தன. அதற்குள் பல உயர் சாதியினர் சாவித்திரியை மிரட்டினார்கள். இப்படிச் செய்வதால் தோஷம் என்றார்கள். தான் தேர்ந்தெடுத்த பாதையில் தடைகளைத் தள்ளி வைத்து விட்டு நடந்து கொண்டே இருந்தார். அதற்கு நல்ல பலன் இருந்தது. எட்டு மாணவிகள் நூற்று ஐம்பதாக அதிகரித்தார்கள். அதுமட்டுமின்றி பிரிட்டிஷாரால் 'சிறந்த ஆசிரியர்' என்ற விருதும் கொடுக்கப்பட்டது.

1852-ஆம் ஆண்டு மே இருபத்தி ஒன்பதாம் தேதி வெளிவந்த 'பூனே ரிப்போர்ட்டர்' நாளிதழில் ஜோதிராவ், சாவித்திரி நடத்தும் பள்ளியைப் பற்றி செய்தி வருகிறது. அரசு ஆண்கள் பள்ளியில் இருக்கும் எண்ணிக்கையைவிட ஜோதிராவ் நடத்தும் பள்ளியில் அதிகப் பெண்கள் படிக்கிறார்கள். அதுமட்டுமின்றி அந்தக் குழந்தைகளின் படிப்பும் சிறப்பாக இருந்தது. அரசுப் பள்ளியில் நல்ல பாடத் திட்டங்கள் கொண்டுவர வேண்டும் என்ற வேண்டுதலோடு முடிந்திருந்தது.

ஜோதிராவ் நடத்தும் பள்ளிக்குப் பகுஜன் பெண்கள், கைம்பெண்கள், ஒடுக்கப்பட்ட சமூகத்திலிருந்து பெண் பிள்ளைகள் வர ஆரம்பித்தார்கள். சில சமயங்களில் படிக்க வந்தால் காசு கொடுப்போம் என்று சொல்லிப் படிக்க வரவழைத்தார்கள்.

1852-ஆம் ஆண்டு சாவித்திரிபாய் தன் கணவனின் வழிகாட்டுதலின் பேரில் மஹிளா சேவா மண்டில் ஆரம்பிக்கிறார். இதன் மூலம் ஒடுக்கப்பட்ட பெண்களுக்காகப் பல போராட்டங்கள் நடத்துகிறார். அதில் முக்கியமானது கைம்பெண்களுக்கு மொட்டையடிக்கும்

அவலத்தை எதிர்த்து அவர் நடத்திய போராட்டம். கல்வித் தொண்டில் மட்டுமின்றி சமூக சீர்திருத்தத்திலும் கணவன்-மனைவி இருவரும் கவனம் செலுத்தினார்கள்.

கைம்பெண்கள் கர்ப்பமாக இருக்கும் போது அவர்களைச் சொல்லால் கொல்லும் சமூகமாக இருந்தது. சில இடங்களில் திருமணத்துக்கு முன்பே கர்ப்பமாகும் அவலமும் நடந்தது. ஆதிக்கச் சாதியினர்களின் காட்டுமிராண்டித்தனமான விளையாட்டுகளில் இதுவும் ஒன்றாக இருந்தது. அப்படிப்பட்ட பெண்கள் ஒன்று தற்கொலை செய்து கொள்வார்கள், இல்லை... குழந்தையைப் பெற்று எங்காவது போட்டுவிட்டு வந்துவிடுவது வழக்கமாக இருந்தது. அதைச் சரிசெய்ய வேண்டும் என்று சாவித்திரிபாய்க்கு தோன்றியது.

1863-ஆம் ஆண்டு 'பால்ய ப்ரதிபந்தக் க்ரிஹா' என்ற அமைப்பை உருவாக்கினார். அதன் மூலம் கர்ப்பமான பெண்களுக்குப் பிரசவத்திற்கான வசதிகள் செய்து தரப்பட்டது. பிரசவத்துக்குப் பிறகு குழந்தையை உடன் அழைத்துச் செல்வதும் விட்டுச் செல்வதும் அவர்கள் விருப்பம். விட்டுச்சென்ற குழந்தைகளைக் காப்பகம் வைத்துப் போஷித்து வந்தார்கள்.

அப்படி அவர் காப்பகத்தில் பிரசவத்திற்கு வந்த ஒரு பிராமணப் பெண்ணின் குழந்தையைத் தத்தெடுத்து ஜோதிராவும் சாவித்திரிபாயும் வளர்த்து வந்தார்கள். அவனுக்கு யஷ்வந்த் என்ற பெயரைச் சூட்டினார்கள். அவனும் வளர்ந்து மருத்துவம் படித்து மருத்துவரானான்.

நம் அனைவருக்கும் மகாத்மா என்றால் காந்தியைத் தான் தெரியும். அவருக்கு முன்பே ஜோதிராவ் பூலேவை மகாத்மா ஜோதி ராவ் பூலே என்று மக்கள் அன்போடு அழைத்தார்கள்.

சாவித்திரிபாய் பூனேவில் இருக்கும் நாள்களில் ஜோதிராவுக்குக் கடிதங்கள் அனுப்புவது வழக்கம். அந்தக் கடிதங்கள் காதல் கடிதங்களாக இருக்கவில்லை. சமூகத்தைப் பற்றிய அக்கறைகளும் வேதனைகளும் நிறைந்திருந்தன. ஆனால் ஒவ்வொரு கடிதத்தின் இறுதியிலும் காலம் எப்படிப் போனாலும் நாம் எடுத்துக் கொண்ட வேலையை முடிக்க வேண்டும் என்றிருக்கும். 1890-ஆம் ஆண்டு சாவித்திரிபாய்க்கு தாயுமானவனாக இருந்த ஜோதிராவ் பூலே

இயற்கை எய்தினார். அப்பொழுதும் சமூகம் சாவித்திரி பாய்க்கு அழுத்தம் தந்தது. சாங்கியங்கள் புனஸ்காரங்களை எதிர்த்துத் தன் அன்புக் கணவனின் உடலுக்கு அவர் கொள்ளிவைத்துப் புரட்சி செய்தார்.

மகாத்மா ஜோதிராவ் மரணத்திற்குப் பின்னும் அவர் தொடங்கிவைத்த சமூக சேவைகளில் தன்னை முழுமையாக ஈடுபடுத்திக் கொண்டார்.

கோவிட் தொற்றுப் போல் அன்றைய நாட்களில் ப்ளேக் நோய் மிக ஆபத்தானதாக இருந்தது. கொத்துக்கொத்தாக மக்கள் மடிந்தார்கள். தன் மகன் யஷ்வந்தை ஊருக்கு வரவழைத்தார். தொற்று இடங்களிலிருந்து தூரமாக ஒரு மருத்துவமனையை உருவாக்கி மக்களுக்கு வைத்தியம் பார்த்தார்கள். தனது அறுபது வயதிலும் தொற்று ஏற்பட்ட மக்களுக்குச் சேவை செய்தார். அப்படி அவர் மற்றவர்களுக்கு உதவும் போது ப்ளேக் தொற்று ஏற்பட்டது.

அவரது மகன் எத்தனை முயன்றும் அவரைக் காப்பாற்ற முடியவில்லை. தன் கணவன் காட்டிய பாதையில் இறுதி மூச்சு வரை தன்னை அர்ப்பணித்த சாவித்திரிபாய் ஒரு சாதனையாளர் மட்டுமில்லை சிறந்த ஆன்மா.

இன்று நம்மைச் சுற்றி எல்லா வசதிகளும் இருக்கின்றன. செய்ய வேண்டிய இலக்கை அடையப் பல வழிகள் காத்துக் கிடக்கின்றன. இருந்தாலும் பாதையில் நடக்காமலே அயர்ச்சியாகி விடுகிறோம். சாவித்திரி முதல் முறை ஆசிரியராகப் பாடம் எடுக்கப் போகும் போது அவர்தான் இந்தியாவின் முதல் பெண் ஆசிரியர் என்பது தெரியாது. அதைப் பற்றி அவருக்கு எந்த அக்கறையும் அப்பொழுது இல்லை. அவர் எண்ணம் எல்லாம் ஒடுக்கப்பட்ட பெண்களுக்குச் சிறந்த கல்வி தரவேண்டும் என்பது மட்டுமே. எண்ணம் உயர்வாக இருந்தால் அதனால் வரப்போகும் புகழ் ஞாபகத்துக்கு வராது. காரியத்தில் மட்டுமே மனம் குவியும். அப்படிப்பட்ட செயல் கண்டிப்பாகச் சிறந்ததாகவே இருக்கும்.

12. ஆர்.சூடாமணி

போராட்டங்கள் நடத்தவில்லை. உண்ணாவிரதம் இருக்கவில்லை. சிறைக்குச் செல்லவில்லை. ஆனாலும் ஒரு பெண்ணால் சத்தமில்லாமல் சாதிக்க முடியும் என்பதற்கு இந்தக் கட்டுரை நாயகியின் வாழ்க்கை சிறந்த உதாரணம்.

பிரிட்டிஷ் அரசாங்கத்தில் ராகவன் ஐ.சி.எஸ். அதிகாரியாக வேலை பார்த்து வந்தார். மனைவி கனகவல்லி மற்றும் தன் இரண்டு மகள்களோடு நிறைவாக வாழ்ந்து வந்தார். சென்னை புரசைவாக்கத்தில் இருந்தது வீடு. காம்பவுண்ட்தாண்டியவுடன் உள்ளே ஒரு பெரிய நாகலிங்க மரம். பழைய பாணிக் கட்டிடம். கனகவல்லிக்கு ஓவியத்திலும் சிற்பக் கலையிலும் மிகுந்த ஈடுபாடு. ராகவன் - கனகவல்லி தம்பதிக்கு 1931-ஆம் ஆண்டு ஜனவரி பத்தாம் தேதி மூன்றாவதாக ஒரு பெண் குழந்தை பிறந்தது. மகளுக்குச் சூடாமணி என்று பெயர் வைத்தார்கள். அதற்குப் பின் ஓர் ஆண் குழந்தை. வசதியான குடும்பம். குழந்தைகளை நல்ல முறையில் வளர்த்து வந்தார்கள்.

சூடாமணியை, 'சூடி' என்று வீட்டில் உள்ள அனைவரும் அழைப்பது வழக்கம். கோபம் என்றாலும் சூடி, கொஞ்ச வேண்டும் என்றாலும் சூடி. ஓடி விளையாடிக் கொண்டிருந்த சூடிக்குத் திடீரென்று அம்மை போட்டுவிட்டது. சாதாரண

அம்மை இல்லை... பெரியம்மை. பிழைப்பது கடினம் என்று மருத்துவர்கள் சொல்லி விட்டார்கள். சாவின் விளிம்பு வரை சென்று திரும்பினார் சூடாமணி. அதற்குப் பின் அவரால் பள்ளி செல்ல முடியவில்லை. வந்த அம்மை சும்மாப் போகவில்லை அவர் வளர்ச்சியைப் பாதியாக்கிவிட்டுச் சென்றிருந்தது. தன் மகளின் பலவீனமான நிலையைப் பார்த்து ராகவனும் கனகவல்லியும் ஒரு முடிவுக்கு வருகிறார்கள். வீட்டிலே ஆசிரியர்களை வரவழைத்து ஆங்கிலம், தமிழ், சமஸ்கிருதம் சொல்லித் தருகிறார்கள். கனகவல்லி ஓவியத்தைச் சொல்லிக் கொடுக்கிறார்.

சூடாமணியின் சரீரம் வளர மறுத்ததே தவிர, அவர் மனமும் மூளையும் மொழியில் சிறப்பாகச் செழுமை பெற்று வந்தது. வீட்டிலிருந்தாலும் வாசிப்பில் அவர் கவனம் முழுவதுமாக இருந்தது. வீட்டுக்குள் இருந்த சூடாமணிக்கு வாசிப்பானது வெளியுலகத்தை அறிமுகப்படுத்திக் கொண்டிருந்தது.

குடும்பத்தில் பாட்டி ரங்கநாயகி, சகோதரி ருக்மணி பார்த்தசாரதி ஆகியோரும் எழுத்தாளர்களாம். எழுத்தாளர்கள் சூழ வளர்ந்தவர் சூடாமணி. அவர் பாட்டி ரங்கநாயகியின் நாவலை அவர் இறப்புக்குப் பின் சூடாமணி பிரசுரம் செய்தார்.

முழுநேர வாசிப்பு அவரை இயல்பாக எழுத வைத்தது. 1954-ஆம் ஆண்டு முதல் எழுத ஆரம்பித்தார். ஆனால் 1957-ஆம் ஆண்டில்தான் அவரது முதல் சிறுகதையான ‘காவேரி’ வெளிவந்தது. கலைமகள் வெள்ளி விழாப் பரிசையும் வென்றது.

1950-களில் பல பெண் எழுத்தாளர்கள் கலைமகள் மூலம் எழுத வந்திருந்தார்கள். குகப்பிரியா, அநுத்தமா, சி.ஆர்.ராஜம்மா, சரஸ்வதி ராமநாதன் என பல குறிப்பிடத்தக்க எழுத்தாளர்கள் உருவானார்கள். வணிக எழுத்து பெண் எழுத்து என்று பெண்கள் பெரும்பான்மையாக எழுதிய காலம் அது. இந்துமதி, சிவசங்கரி, ரமணிசந்திரன் என்று நீண்ட பட்டியல் இருக்கிறது. அம்பை போன்ற இலக்கியவாதிகளும் தங்கள் கதைகளைக் கலைமகளிலிருந்து தொடங்கினர்.

மரபு மீறல்கள்தான் பெண்ணுரிமை என்று இல்லாமல், குடும்பக் கட்டமைப்புக்குள் நின்று எந்தத் தியாகத்தையும் செய்யும் கதாபாத்திரங்களைச் சூடாமணி படைத்தார். ‘டாக்டரம்மா

அறை', 'காவேரி', 'அந்நியர்கள்', 'இணைப் பறவை' போன்ற கதைகள் எக்காலத்து வாசகர் மனதிற்கும் நெருக்கமாக இருக்கும் என்பதில் ஐயமில்லை.

சூடாமணியின் எழுத்து குடும்பம், பெண்ணியம் என்று நிற்காமல் உளவியல் சார்ந்தும் இருந்தது. இன்று எதற்கெடுத்தாலும் கவுன்சலிங். திருமணத்திற்கு முன், திருமணத்துக்குப் பின், கல்லூரி போனதற்கு முன் என்று தொட்டதற்கெல்லாம் மனநல ஆலோசகரைத் தேடிச் செல்கிறோம். இவற்றுக்கெல்லாம் ஒரே தீர்வாகச் சூடாமணியின் கதைகள் இருப்பது அவர் எழுத்துக்கான தனித்துவம்.

வீட்டுக்குள் அடங்கி இயல்பான வாழ்க்கை வாழவில்லை என்றாலும் அவர் எழுத்தில் என்றும் ஏமாற்றத்தையோ, விரக்தியையோ வெளிப்படுத்தியதில்லை. அவருக்குள் மானிடத்தின் மீது அளப்பரிய பரிவும் அக்கறையும் இருந்ததே அதற்குக் காரணம்.

1950-களில் எழுத வந்தவர், கொஞ்சம் கொஞ்சமாகத் தன்னை எழுத்துக்கு முழுதாக ஒப்புக் கொடுத்தார். சாதாரண வாக்கியங்கள், அதிரடி இல்லாத திருப்பங்கள், சீரான எழுத்து... பழைய பாணிதான். இருந்தாலும் கதாபாத்திரங்களைச் செதுக்கும் விதமும் வாசகனின் கையைப் பிடித்துக் கொண்டு சரியான நேரத்தில் கதையோடு விட்டு விலகிவிடும் மாயாஜாலமும் அவருக்குத் தெரிந்திருந்தது.

கலைமகள், சுதேசமித்திரன், கணையாழி, கல்கி, தினமணி கதிர், அமுதசுரபி போன்ற இதழ்களில் அவர் சிறுகதைகள் தொடர்ந்து பிரசுரம் ஆகியிருக்கின்றன. ஒவ்வொரு முறையும் பத்திரிகையாளர்களே அவரை அழைத்துக் கதை கேட்டு இருக்கிறார்கள்.

ஆரம்ப நிலை எழுத்தாளர்களோ, அனுபவமிக்க எழுத்தாளர்களோ... தங்கள் கதையைப் பிரசுரம் செய்யவில்லை என்றால், இதழாளர்களைக் கேள்விகளால் துளைத்துவிடுவது எந்தக் காலத்திலும் நடந்து வருகிறது. ஆனால், தான் எழுத வந்த காலம் முதல் கடைசிக் காலம் வரை சூடாமணி ஒரே மாதிரியாக இருந்தார்.

சூடாமணியின் கதை பத்திரிகைகளுக்கு வரும் நாள்களில் இதழ் ஆசிரியர்கள் கொண்டாடித் தீர்த்துவிடுவார்கள். அதற்குக் கதை

ஒரு முக்கிய காரணம் என்றாலும் அவரது பண்பு அதைவிட நெகிழ்ச்சியைத் தருவதாக இருந்தது.

ஒவ்வொரு முறையும் கதையை அனுப்பும் போதும், உறையில் முத்தான எழுத்துகளால் பெறுபவர் விலாசம் எழுதி இருக்கும். கவரைத் திறந்து கதையைப் படிப்பதற்கு முன் அவர் எழுதிய கடிதத்தை ஆசிரியர்கள் படிப்பார்கள்.

'அன்புள்ள ஆசிரியருக்கு, வணக்கம். சிறுகதை கேட்டு இரு வாரங்கள் முன்பு நீங்கள் அனுப்பிய கடிதம் கிடைக்கப்பெற்றேன். இத்துடன் ஒரு கதை இணைத்திருக்கிறேன். பிரசுரிக்க இயலாது என்று கருதுவீர்களானால் திருப்பி அனுப்பிவிடலாம். உடன், போதிய தபால் தலை ஒட்டப்பட்ட கவர் உள்ளது. தங்கள் அன்புள்ள சூடாமணி.'

பல சிறந்த பத்திரிக்கையாளர்கள், ஆசிரியர்கள், உதவி ஆசிரியர்கள் சூடாமணியின் இந்த பண்பைப் பற்றிச் சிலாகித்திருக்கிறார்கள்.

கல்கியில் ஆசிரியராக பணிபுரிந்த காலத்தில் எழுத்தாளர் பா.ராகவன், சூடாமணியிடம் கதையைக் கேட்பதும் அதை அவர் அனுப்பி வைப்பதும் வழக்கமாக இருந்திருக்கிறது. பிடித்திருந்தால் பிரசுரம் செய்யவும் என்ற கடிதமும், ஸ்டாம்ப் ஒட்டிய கவரை கதையோடு அவர் அனுப்புவதும் என்றும் நின்றதில்லை.

ஒரு முறை சூடாமணியை அழைத்த பா.ராகவன். "இதுவரை உங்கள் கதையை நாங்கள் பிரசுரிக்காமலிருந்ததில்லை. நாங்கள்தானே உங்களிடம் கதை கேட்டு வாங்குகிறோம். அப்பறம் எதற்கு அந்தக் கவரை ஒவ்வொருமுறையும் அனுப்பறீங்க?"

"கதை கேட்டுவிட்டோம் என்பதற்காக எப்படி இருந்தாலும் பிரசுரிக்க வேண்டும் என்ற கட்டாயம் இல்லையே.. நானும் சாதாரண கதைகள் எழுதக்கூடும் அல்லவா? அப்படி நடந்தால் நீங்கள் திருப்பி அனுப்ப வசதியாக இருக்கவே அதை அனுப்புகிறேன்" என்று முடித்துக் கொண்டார்.

பா.ராகவன் மட்டுமில்லை.... எழுத்தாளர் திருப்பூர் கிருஷ்ணன் மற்றும் கல்கி சீதா ரவி போன்ற பலர் சூடாமணியின் இந்தப் பண்பைப் பற்றிப் பல இடங்களில் பேசி இருக்கிறார்கள். இலக்கியக் கூட்டங்கள் என்றாலே பல களேபரங்கள், பல அக்கப்போர்கள்.

ஆனால் எந்தக் கூட்டத்திற்கும் சூடாமணி சென்றதில்லை. மேடைகள் ஏறிப் பேசியதில்லை. அவர் எழுத்துகள் மூலம் மட்டுமே தன்னை உலகிற்கு அறிமுகப்படுத்திக் கொண்டார்.

தன்னை எங்கும் முன்னிலைப்படுத்திக் கொள்ளாத எழுத்தாளர் ஒருவர் இருந்தார் என்றால் சூடாமணிக்கே அந்தச் சிறப்புச் சேரும். அவர் அங்கீகாரங்களைப் பற்றியோ விருதுகள் பற்றியோ யோசித்துக் கதை எழுதியவர் அல்ல. மனங்களின் ஓட்டத்தையும், மனச் சிக்கல்களையும் வாசகனுக்கு எழுத்துக்கள் மூலம் கடத்தினார். பெண்களைப் பற்றி மட்டுமில்லாமல், மாற்றுத் திறனாளிகளின் மன ஓட்டம், குழந்தைகளின் மனவியல் பற்றித் தன் கதைகளின் கதாபாத்திரம் மூலம் புதுப் பாய்ச்சலைத் தந்தார். ஆர். சூடாமணியை உளவியல் எழுத்தாளர் என்றே உறுதியாகச் சொல்லி விடலாம்.

ஐந்நூறுக்கும் மேற்பட்ட சிறுகதைகள் எழுதியவர், சில நாவல்களையும் நாடகங்களையும் எழுதியுள்ளார். 1959-இல் ‘மனதுக்குஇனியவள்’ என்ற நாவலுக்குக் கலைமகள் ஸ்ரீ நாராயண ஸ்வாமி ஐயர் விருது கிடைத்திருக்கிறது. 1961-இல் ‘இருவர் கண்டனர்’ என்ற நாடகம் ஆனந்த விகடன் நாடகப் போட்டியில் இரண்டாம் பரிசு வென்றிருக்கிறது.

இலக்கியச் சிந்தனை ஆண்டு விருதை தமது ‘நான்காவது ஆசிரமம்’ என்ற சிறுகதைக்காகப் பெற்றார். 2001-இல் வெளியான ‘ஆர்.சூடாமணி கதைகள்’ என்ற சிறுகதைத் தொகுப்புக்குத் தமிழ் வளர்ச்சித் துறை சிறந்த சிறுகதைப் படைப்புக்கான பரிசு வழங்கியுள்ளது. 2009-இல் கலைஞர் பொற்கிழி விருது வென்றிருக்கிறார். அவரது படைப்புகள் ஆங்கிலம் மட்டுமின்றி கன்னடம், இந்தி, குஜராத்தி, மலையாளம் போன்ற பல மொழிகளில் மொழிபெயர்க்கப்பட்டுள்ளன.

சூடாமணி ராகவன் என்ற பெயரில் இருநூறுக்கும் மேற்பட்ட சிறுகதைகளை ஆங்கிலத்திலும் எழுதியுள்ளார். எழுத்தில் பரிவையும் அன்பையும் மட்டும் விதைக்கவில்லை. அவர் செயல்களும் சொல்லும் எழுத்தும் ஒரே நேர் கோட்டிலிருந்தன. தன் சகோதரிகள் இறந்தபின் பிரிட்டிஷ் சாயலிலிருந்த பெரிய வீட்டில் தனியாக வாழ்ந்து வந்தார். உடல் நலம் மூப்பின் காரணமாக மேலும் நலிவடைந்து கொண்டிருந்தது. நூற்றுக்கணக்கான கதைகளை

எழுதியவரின் விரல்கள் வலுவிழந்து போனது. உணவை ஊட்டி விடவும் யாரோ ஒரு பணியாளின் தயவு வேண்டி இருந்தது. அப்பொழுதும் கண் தெரியாதவர்களுக்குக் கதைகளை வாசித்து சாரீரம் மூலம் தொண்டாற்றினார்.

தான் இருக்கும்போதே தன்னிடம் இருந்த பூர்வீகச் சொத்தில் பல தொண்டு நிறுவனங்களுக்கு நன்கொடை வழங்கியுள்ளார். அவர் எப்பொழுதும் தன் வாழ்க்கையைப் பற்றியோ தன்னை சுற்றி இருக்கும் மனிதர்கள் பற்றியோ குறை சொன்னது இல்லை. வாழ்க்கையை அதன் போக்கில் எடுத்துக் கொண்டு அதில் குறையில்லாத வாழ்க்கையை வாழ்ந்தார்.

அவர் ஒவ்வொரு நாளும் குளித்து முடித்து வெள்ளைச் சேலையை உடுத்தி நாளைத் தொடங்குவார்.ஹாலில் இருக்கும் வெள்ளைப் புடவை உடுத்திய சரஸ்வதி முன் சில நிமிடங்கள் தியானம், வாசிப்பு, எழுத்து. மாலை நேரங்களில் அவர் காரில் கடற்கரைக்குப் போவது வழக்கம். ஆனால் ஒருபோதும் மணலில் இறங்கியதில்லை. கார்க் கண்ணாடியைக் கீழே இறக்கி வைத்துக் கொண்டு அங்கிருக்கும் மனிதர்களைப் பார்ப்பார். முக்கியமாகக் குழந்தைகள் விளையாடுவதை ரசிப்பார். மீண்டும் வீட்டுக்கு வந்து விடுவார். இதைத் தவிர்த்து அவர் வேறு எங்கும் வெளியே சென்றதில்லை.

இலக்கிய உலகில்கூட மிகச் சிலர் மட்டுமே அவரை நேரில் பார்க்கும் வரம் பெற்றார்கள். மற்றவர்களுக்கு எல்லாம் கதையுடன் அனுப்பி வைக்கும் படம் மட்டுமே. பத்திரிக்கையின் ஆசிரியர்களுக்குத் தொலைபேசியில் பேசும் பாக்கியம் கிட்டியது.

தன் வாழ்நாளின் இறுதிக் கட்டத்தில் இதுவரை எந்த எழுத்தாளரும் செய்யாத ஒரு மகத்தான செயலைச் செய்தார் சூடாமணி. அந்தச் செயல் காரணமாக எண்ணற்றோர் மனங்களில் அவரது மதிப்பு மிகப் பெரிய அளவில் உயர்ந்தது.

அவர் எழுதிவைத்த உயிலின்படி ஏறக்குறைய பதினொரு கோடிக்கும் மேற்பட்ட அவரது சொத்து முழுவதும் தொண்டு நிறுவனங்களுக்குச் சென்று சேர்ந்தது. சூடாமணியின் அன்பைப் பெற்ற எழுத்தாளர் கே.பாரதி, சூடாமணியின் விருப்பப்படி, அவரது பெயரில் இயங்கும் நினைவு அறக்கட்டளையின்

அறங்காவலராக இயங்கலானார். அவர்தான் தன் கணவரான நீதிபதி சந்துரு அவர்களின் உதவியோடு சூடாமணியின் உயிலைச் செயல்படுத்தியவர்.

எந்தெந்த நிறுவனங்களுக்குத் தொகை வழங்கப்பட வேண்டும் என்பதையும் சூடாமணியே தேர்வு செய்து உயிலில் குறிப்பிட்டிருந்தார். அந்தச் சேவை நிறுவனங்களின் செயல்பாட்டை நெடுநாள் கவனித்தும் நம்பகமானவர்களிடம் விசாரித்தறிந்தும் அவற்றை அவர் தேர்வு செய்துள்ளார் என்பது குறிப்பிடத்தக்கது.

சென்னை ராமகிருஷ்ண மிஷன் மாணவர் இல்லம், ஸ்ரீராமகிருஷ்ண மடம் தர்ம மருத்துவமனை, சென்னை தரமணியில் இயங்கும் வாலன்டரி ஹெல்த் சர்வீஸ் நிறுவனம் இவை மூன்றுக்கும் தலா மூன்று கோடி ரூபாய் நன்கொடையாக வழங்கப்பட்டது.

தவிர இன்னும் நம்பிக்கைக்குரிய பல தொண்டு நிறுவனங்களுக்குச் சிலபல லட்சங்கள் நன்கொடையாகத் தரப்பட்டன.

சூடாமணி கொடுத்த நன்கொடைத் தொகை மாணவர்களின் கல்விக்கும் தொழுநோயாளிகளின் மருத்துவத்திற்கும் நவீன வசதிகள் கொண்ட அறுவைச் சிகிச்சை அறை கட்டி அதன்மூலம் பலர் பயன்பெறுவதற்கும் வழிசெய்தது. நாட்டிலேயே தன் சொத்து முழுவதையும் சேவை நிறுவனங்களுக்குச் சேருமாறு உயில் எழுதி வைத்த ஒரே எழுத்தாளர் சூடாமணி.

அவர் இறப்பிற்குப் பின் அவர் வரைந்த ஓவியங்கள் கிடைத்தன. அதை எழுத்தாளர் கே.பாரதி ஓவிய காட்சியாக வைத்தார். தன் மனத்தை உயர்ந்த சிந்தனைகளால் மேம்படுத்திக் கொள்ள விரும்பும் வாசகர்களுக்காகச் சூடாமணியின் பேரிலக்கியம் காத்துக் கொண்டிருக்கிறது.

13. டெஸ்ஸி தாமஸ்

இந்தத் துறை என்று இல்லாமல் எந்தத் துறையை எடுத்துக் கொண்டாலும் பெண்கள் சாதித்து வருகிறார்கள். சில வருடங்களுக்கு முன் விண்வெளி ஆராய்ச்சியில் முதல் இந்தியப் பெண்ணாகப் பயணித்து அமெரிக்க நாசாவில் பணிபுரிந்த கல்பனா சாவ்லா பற்றி நினைவிருக்கும். இந்தியாவில் கடந்த முப்பது வருடங்களாக யாரும் நினைத்தும் பார்க்காத ஏவுகணைத் துறையில் ஒரு பெண் எட்டி இருக்கும் உயரம் நம் கற்பனைக்கும் அப்பாற்பட்டது.

ஏவுகணை என்றால் எல்லோருக்கும் டாக்டர் ஏ.பி.ஜே.அப்துல் கலாம் நினைவுக்கு வருவார். அவர் இந்தியாவின் ஏவுகணை நாயகன். அவர் செய்த ஆராய்ச்சிகளும், இல்லறம் இல்லாமல் ஆராய்ச்சிகளுக்காகச் செய்த தியாகங்களும் உலகம் அறிந்தது.

ஒரு பெண் ஏவுகணைத் துறையில் உச்சத்தைத் தொட்டு இருக்கிறார். குடும்பம், வேலை என்று இரண்டையும் நடத்திக் கொண்டு வருகிறார். இந்த இந்திய ஏவுகணை நாயகி பற்றித்தான் இந்தக் கட்டுரையில் பார்க்கப் போகிறோம்.

இந்தியாவில் பச்சைப்பசேல் என்றிருக்கும் கேரள மாநிலத்தில் இருக்கும் ஆலப்புழாவில் 1963-ஆம் ஆண்டு ஏப்ரல் மாதம் மற்ற குழந்தைகளைப் போல் அவள் பிறந்தாள். அவள் பெயர் டெஸ்ஸி

தாமஸ். அவளது அப்பா ஒரு நிறுவனத்தில் அக்கவுண்டண்ட். அம்மா ஆசிரியருக்குப் படித்திருந்தார். ஆனால் வேலைக்குச் செல்லாமல் தனது ஆறு குழந்தைகளையும் வீட்டையும் பார்த்துக் கொண்டார். டெஸ்ஸிக்கு நான்கு சகோதரிகளும் ஒரு சகோதரரும் இருக்கிறார்கள். தாமஸின் பெயர் சாதாரணப் பெயரில்லை. அன்னை தெரேசாவில் இருக்கும் தெரேசாவின் மறுபெயராக்கம் தான் டெஸ்ஸி. அவர் குடும்பம் கத்தோலிக்கக் கிறிஸ்தவக் குடும்பம்.

டெஸ்ஸி படிப்பில் கெட்டிக்காரி. முக்கியமாகக் கணக்கில் அப்பாவின் ஞானத்தைப் பெற்றிருந்தாள். பள்ளி முடித்து வீடு வரும் குழந்தைகள் தோட்டத்தில் சிறிது நேரம் விளையாடிவிட்டு புத்தகங்களோடு உட்கார்வது வழக்கம். டெஸ்ஸி மட்டுமில்லை... அவள் உடன்பிறந்தவர்களும் இதற்கு விதி விலக்கில்லை.

யாரும் எதிர்பார்க்காத சம்பவம் டெஸ்ஸி தாமஸ் குடும்பத்தில் நடக்கிறது. அப்பொழுது அவளுக்குப் பதிமூன்று வயதிருக்கும். அப்பாவிற்குப் பக்கவாதம் வந்து கை கால்கள் செயலிழந்து போய்விடுகின்றன. அம்மாவிற்கோ குழந்தைகளை வீட்டில் தனியாக விட்டுவிட்டு வேலைக்குச் செல்வது இயலாத காரியமாக இருந்தது. அதுமட்டுமின்றி அதுநாள் வரை அவர் எந்த வேலைக்கும் சென்றதில்லை.

தங்களிடமிருந்த சொத்துக்களை விற்க ஆரம்பித்தார்கள். குழந்தைகள் அனைவரையும் எப்படியாவது படிக்க வைத்துவிட வேண்டும் என்ற வைராக்கியம் மட்டும் அம்மாவிடம் இருந்தது.

டெஸ்ஸி தாமஸ் கணக்கில் கெட்டிக்காரி என்று பார்த்தோம் இல்லையா? பன்னிரண்டாம் வகுப்பில் கணக்கில் நூற்றுக்கு நூறு மதிப்பெண். இயற்பியலில் தொண்ணூற்றி ஐந்து சதவீதம் மதிப்பெண் கிடைத்திருந்தது.

“டெஸ்ஸி, உன் அக்காமார்கள் எல்லாம் பொறியியல் படிக்கிறார்கள். நீ மருத்துவம் படி. நீ மருத்துவராக வேண்டும் என்று ஆசைப்படுகிறேன்.” என்று அம்மா கூறுகிறார்.

“கண்டிப்பா நான் டாக்டர் ஆவேன். அதற்கு முன் இன்ஜினீயரிங் படிக்கவேண்டும்மா” என்று சொல்லி அம்மாவை சமாதானப் படுத்தினார் டெஸ்ஸி.

இந்த ஆர்வத்திற்குப் பின் இருந்தது அவர் வசிப்பிடத்திற்கு அருகில் இருந்த தும்பா ஏவுதளம். சோதனைக்காக அங்கிருந்து ஏதாவது ஒன்று வானத்தில் ஏவப்பட்டுக் கொண்டிருக்கும். அந்த இடத்தில் என்ன நடக்கிறது என்று தெரிந்து கொள்ளும் ஆவல் டெஸ்ஸிக்கு இருந்தது.

திருச்சூரில் இருக்கும் அரசு பொறியியல் கல்லூரியில் பி.டெக் சேருகிறார். அவருக்குக் கல்லூரிலிருந்து உதவித் தொகையும், ஸ்டேட் பேங்க் ஆஃப் இந்தியாவில் இருந்து கடனும் கிடைக்கிறது. கிடைத்த உதவித் தொகையைக் கல்லூரி விடுதியில் தங்கிப் படிக்க உபயோகித்துக் கொண்டார்.

அம்மா எப்பொழுதும் சொல்லும் அறிவுரை: "எப்படியாவது படித்து விடுங்கள். வேலையில் சேர்ந்து விடுங்கள். ஆணோ பெண்ணோ சுயமாகச் சம்பாதிக்க வேண்டும்". அவர் அனுபவத்திலிருந்து சொன்ன இந்த அறிவுரை எல்லாக் குழந்தைகள் மனதிலும் ஆழமாகப் பதிந்திருந்தது.

டெஸ்ஸி பி.டெக். முடித்தவுடன் மேலே படிக்க ஆசைப்பட்டார். யூ.பி.எஸ்.சி. தேர்வு எழுத வேண்டும் என்ற எண்ணமும் இருந்தது. பி.டெக் தேர்வு முடிவுகள் வரவில்லை. அதற்குள் புனேவில் உள்ள இன்ஸ்டிடியூட் ஆப் ஆர்மமென்ட் டெக்னாலஜியில் எம்.டெக் உடன் வழிகாட்டப்பட்ட ஏவுகணைப் பயிற்சி என்ற மேற்படிப்புக்கு விண்ணப்பித்திருந்தார். அதற்கான நுழைவுத் தேர்வையும் முடித்தார். வெறும் பத்துப் பேர் மட்டும் தேர்ந்தெடுக்கப்பட்டார்கள். அந்தப் பட்டியலில் டெஸ்ஸி பெயரும் இருந்தது.

வந்த வாய்ப்பை எடுத்துக் கொண்டு பூனே கிளம்பினார். ஏவுகணையில் எதிர்காலம் இருக்கிறது என்று எந்த அசரீரியும் அவருக்குக் கேட்டிருக்க வாய்ப்பில்லை. ஒவ்வொரு நாளும் படிக்க வேண்டிய விஷயங்களை விடாமல் படித்தார். பாடப் புத்தகங்கள் தாண்டி நூலகங்களில் தனக்கு வேண்டிய பல புத்தகங்களை வாசித்தார். விளைவு எம்.டெக்.கிலும் சிறப்பாகத் தேர்வானார். இரண்டு ஆண்டுகளுக்குப் பிறகு, ஹைதராபாத்தில் உள்ள டி.ஆர்.டி.எல்.லில் சேரும் வாய்ப்பு கிடைத்தது.அங்கு டாக்டர் ஏ.பி.ஜே.அப்துல் கலாம் ஆய்வக இயக்குநராக இருந்தார்.

டெஸ்ஸியின் ஆர்வத்தையும் அர்ப்பணிப்பையும் பார்த்த அப்துல் கலாம் அக்னி ஏவுகணைகளுக்காகப் பணிபுரியும் 50

விஞ்ஞானிகளைக் கொண்ட குழுவில் சேரும்படி கேட்டுக் கொண்டார்.

தேசப் பாதுகாப்பு என்று வரும்போது கட்டுப்பாடுகள் ஆயிரம் இருக்கும். டெஸ்ஸி எங்கே வேலை பார்க்கிறார், எந்த ப்ராஜெக்ட் என்று எந்த தகவலும் அவர் நண்பர்களுக்கோ இல்லை மற்ற உறவினர்களுக்கோ தெரியாது. பதினைந்து வருடங்கள் செய்யும் வேலையை வெளியே சொல்லாமல் தன் பணியில் முழுக் கவனம் செலுத்தினார். பல நண்பர்கள் தொடர்பெல்லாம் பதினைந்து வருடங்களில் காணாமல் போனது.

ஒரு சிறந்த தலைவன் சிஷ்யர்களை உருவாக்குவதில்லை. சிறந்த தலைவர்களை உருவாக்குகிறான். டாக்டர் அப்துல் கலாம் பல விஞ்ஞானிகளை மட்டும் உருவாக்கவில்லை, சிறந்த தலைவர்களையும் உருவாக்கினார். அந்தப் பட்டியலில் டெஸ்ஸிக்கும் இடமுண்டு.

ஏவுகணைகளைப் பற்றி டெஸ்ஸி மனதில் ஆழமாகப் பதிந்தது டாக்டர் அப்துல் கலாம் சொன்ன வார்த்தை, ”ஏவுகணைகள் அழிக்கும் ஆயுதங்கள் அல்ல, ஏவுகணைகள் அமைதிக்கான ஆயுதங்கள். வலிமை வலிமையை மதிக்கிறது." நாட்டின் பாதுகாப்புக்கான வேலையில் தானும் இணைந்திருப்பதை எண்ணிப் பொறுப்புடன் நடந்து கொண்டார் டெஸ்ஸி. பல நாள்கள் பன்னிரண்டு மணி நேரம் முதல் பதினாறு மணி நேரமும் வேலை செய்ய நேரும்.

இதற்கிடையில் கடற்படை அதிகாரி சரோஜ் குமாருடன் திருமணமும் நடந்தது. தேஜஸ் என்ற ஓர் ஆண் குழந்தையும் பிறந்தது. ஏவுகணைக் களத்தில் ஒருபுறமும் குடும்பத்தை மறுபுறமும் அவர் சமன் செய்து வந்தார்.

டெஸ்ஸியின் சாதனையைப் பற்றி முழுதாகத் தெரிந்து கொள்ள வேண்டும் என்றால் அக்னி ஏவுகணைகளைப் பற்றித் தெரிந்து கொள்வது அவசியம்.

அக்னி ஏவுகணை என்பது நாட்டின் அணுசக்தித் திறன் கொண்ட ஏவுகணைத் திட்டத்தின் ஒரு பகுதியாகும். இந்தியாவின் பாதுகாப்பு ஆராய்ச்சி மற்றும் மேம்பாட்டு அமைப்பு *(DRDO)* உருவாக்கிய ஏவுகணையின் பெயர் ‘அக்னி’. அக்னி என்றால் சமஸ்கிருதத்தில்

'நெருப்பு' என்று பொருள். மேலும் அக்னி தொடர் ஏவுகணைகள் இந்தியாவின் பாதுகாப்பு உத்தியில் முக்கியப் பங்கு வகிக்கிறது.

இந்தியாவின் பாதுகாப்புக்கு யாரிடமும் நிற்காமல் சொந்தச் செலவில் தன் நாட்டு விஞ்ஞானிகளைக் கொண்டு உருவானது அக்னி ஏவுகணைகள். இதிலும் அக்னி 1, அக்னி 2 என்று ஆரம்பித்து அக்னி 5 வரை இருக்கின்றன.

அனைத்து அக்னி ஏவுகணைகளிலும் பயன்படுத்தப்படும் நீண்டதூர ஏவுகணை அமைப்புகளுக்கான வழிகாட்டுதல் திட்டத்தை வடிவமைத்ததே டெஸ்ஸியின் தொழில் வாழ்க்கையில் திருப்புமுனையாக அமைந்தது.

ஏவுகணைகள் வளிமண்டலத்திற்கு அப்பால் சென்று மீண்டும் மிக அதிக வேகத்தில் மூவாயிரம் டிகிரி செல்சியஸுக்கு வெப்பத்தை உருவாக்க வேண்டும். இந்த தொழில்நுட்பம் நம் நாட்டில் இல்லை. வேறு, எந்த நாடும் தொழில்நுட்பத்தை வழங்க தயாராக இல்லை.

இந்த நிலையை மாற்ற விஞ்ஞானிகள் முடிவு செய்தார்கள். தெரியாத வரை தான் அச்சமும் பயமும், தெரிந்து கொள்ள ஆரம்பித்தால் எல்லாம் வசப்படும் என்பது டெஸ்ஸியின் நம்பிக்கை. இதைப் பல இடத்தில் அவர் பதிவு செய்து இருக்கிறார்.

நாட்டிலேயே முதல் முறையாக ஒரு நீண்டதூர அமைப்பிற்காக ஆற்றல் மேலாண்மை வழிகாட்டுதல் திட்டத்தை உருவாக்கும் குழுவை தாமஸ் வழிநடத்தினார்.

முப்பத்திரண்டு ஆண்டுகளில் அக்னி ஏவுகணைகளுடன் டெஸ்ஸி வழிகாட்டுதல், கட்டுப்பாடு, செயலற்ற வழிசெலுத்தல், பாதை உருவகப்படுத்துதல் மற்றும் பணி வடிவமைப்பு உள்ளிட்ட பல்வேறு துறைகளில் பங்களித்துள்ளார்.

அக்னி ஏவுகணைகளில் உள்ள மிகப்பெரிய சவால் என்னவென்றால், எந்த நாடும் நமக்குத் தொழில்நுட்பத்தை வழங்கத் தயாராக இல்லை, மேலும் கலப்பு மோட்டார் உறை, மறு நுழைவு வாகனக் கட்டமைப்புகள் போன்ற அனைத்தையும் உள்நாட்டில் உருவாக்க வேண்டியிருந்தது. ஒவ்வொரு முறையும் தெரியாத ஒன்றை நோக்கிய பயணம் புதிய பாதையை அமைக்க வழி செய்தது. முதல் அக்னி-III விமானம் தோல்வியடைந்தது - கணினி 70

விநாடிகள் நன்றாக வேலை செய்தது, பின்னர் கட்டுப்பாட்டை இழந்தது. முதல்முறையாகப் பரிசோதனை செய்யும்போது புதிதாகப் பயன்படுத்தப்பட்ட தொழில்நுட்பங்களில் இந்த கோளாறு நிகழ்ந்திருப்பது தெரிந்தது. இதைத் தோல்வி என்பதைவிட அடுத்த கட்ட ஆய்வுக்குக் கிடைத்த படிப்பனையாக டெஸ்ஸி எடுத்துக் கொண்டார்.

அவர் அக்னி-IVக்கான திட்ட இயக்குநரானார். மேலும் புதிய தொழில்நுட்பங்களுடன் பல அதிநவீன அமைப்புகளை முதன்முறையாக உள்நாட்டிலேயே உருவாக்கினார். அதைத் தொடர்ந்து விரைவில் அவர் தொலைதூர அக்னி-Vஅமைப்பிற்கான திட்ட இயக்குநராக உயர்த்தப்பட்டார்.

அவருக்குக் கீழ் நூற்றுக்கணக்கான விஞ்ஞானிகள் வேலை செய்தார்கள். ஏப்ரல் 2012-ஆம் ஆண்டு முதல் சோதனையை ஆரம்பித்தார்கள். ஏழாவது சோதனையை 2019-ஆம் ஆண்டு வெற்றிகரமாக முடித்தார்கள்.

இதற்குப் பின்னர் டெஸ்ஸி மேம்பட்ட அமைப்புகள் ஆய்வகத்தின் இயக்குநராக ஆனார். அப்போதிலிருந்து அவர் டி.ஆர்.டி.ஓ.வின் ஏரோநாட்டிக்கல் சிஸ்டம்ஸ் டைரக்டர் ஜெனரலாகப் பதவியேற்றார். அதுமட்டுமின்றி அனைத்து வானூர்தி அமைப்புகளுக்கும் பொறுப்பாளராக இருந்தார்.

பதவிகள் உயரும் போது பொறுப்புகளும் உயர்ந்துவிடுவது இயல்பு. இத்தனையையும் செய்து கொண்டு வீட்டுக்குச் சென்று தொலைக்காட்சி பார்ப்பதையோ சமைப்பதையோ, தோட்டத்தைப் பராமரிப்பதையோ அவர் நிறுத்தியதில்லை.

தாமஸ் இந்தியாவில் உள்ள பல பெண்களுக்கு ஒரு உத்வேகமாகவும் இருக்கிறார். 1988-ஆம் ஆண்டு டி.ஆர்.டி.ஓ.வில் அவர் சேர்ந்தபோது, முழு அமைப்பிலும் மூன்று அல்லது நான்கு பெண்கள் மட்டுமே பணிபுரிந்தார்கள். இன்றைய நிலை வேறு. டி.ஆர்.டி.ஓ.வின் ஊழியர்களில் சுமார் பதினைந்து சதவீதத்திற்கு மேல் பெண்கள் இருக்கிறார்கள். அவர்களில் பலர் தொழில்நுட்பம் மற்றும் குழுத் தலைவர்களாக இருக்கிறார்கள்.

"விஞ்ஞானியாகப் பணிபுரியும் போது, அறிவியலுக்குப் பாலினம் இல்லை" என்பது அவர் கூற்று. அறிவு மற்றும் தொழில்நுட்ப

நிபுணத்துவம் தான் முக்கியம், கற்றுக்கொள்ள விரும்பினால், பெண்கள் இந்த துறையில் சிறந்து விளங்கலாம் மற்றும் வெற்றி பெறலாம் என்று அவர் பல கல்லூரிகளுக்கும் பள்ளிகளுக்கும் சென்று பேசிவருகிறார்.

இந்தியா ஒரு தொழில்நுட்ப மையமாக உருவெடுத்து, அறிவியலின் மூலம் தன்னிறைவு அடைய வேண்டும் என்பதே அவரது கனவு.

ஒரு விஞ்ஞானி ஒருபோதும் ஓய்வெடுப்பதில்லை அல்லது ஓய்வு பெறுவதில்லை. தூக்கத்தில் கூட நாம் அடுத்த நாளுக்கான தீர்வைப் பற்றி யோசித்துக் கொண்டிருக்கலாம். அப்படித்தான் டெஸ்ஸி இயங்கிக் கொண்டிருக்கிறார்.

இன்றைய தொழில்நுட்ப வளர்ச்சியில் பெண்கள் நினைத்தால் தங்கள் அறிவு எல்லையை விரித்துக் கொண்டு கற்றுக் கொள்ளலாம். வழிகள் ஆயிரம் இருக்கின்றன. முதல் அடியை எடுத்த வைக்கப் பெண்கள் தயாரானால் போதும் என்பதை டெஸ்ஸி தாமஸ் வாழ்க்கையிலிருந்து நாம் தெரிந்து கொள்ளலாம்.

14. வி.சாந்தா

மருத்துவ உலகம் சேவை தவிர்த்து வர்த்தக அடிப்படையில் மாறிக் கோண்டு வந்திருக்கின்றன. ஆனால் எது எப்படி மாறினாலும் தன் இறுதி மூச்சு வரை மருத்துவச் சேவை செய்து மறைந்தவர் இந்தத் தென்னகத்தின் மதர் தெரேசா.

நோய்களில் எல்லாம் பெரிதானதாக, உயிர் பறிக்கும் எமனாக இருப்பது புற்றுநோய். நோயைப் பற்றிய புரிதலும், சிகிச்சைகளும் இல்லாத காலத்தில் நம்பிக்கையாக மக்களுக்காகச் சேவை செய்து உழைத்தவர் மருத்துவர் வி.சாந்தா.

அப்பா ரயில்வே அதிகாரி. அம்மா வீட்டு நிர்வாகத்தைப் பார்த்து வந்தார். அந்தக் காலத்தில் பெரிய குடும்பங்களில் பெண்கள் படித்திருந்தாலும் வேலைக்குச் செல்வது அரிது. இந்தத் தம்பதியின் மூத்த மகளாக 1927 ஆம் ஆண்டு மார்ச் மாதம் பதினோராம் தேதி பிறந்தார் சாந்தா. இவருக்குப் பின் நான்கு பெண்கள் மற்றும் ஒரு தம்பி.

சாந்தாவின் பெற்றோர்கள் பெயர்கள் சரியாகத் தெரியவில்லை. ஆனால் நோபல் பரிசு பெற்ற சர் சி.வி.ராமன் சாந்தாவின் இளைய தாத்தா. நோபல் பரிசு வென்ற மற்றொரு விஞ்ஞானி சுப்பிரமணியன் சந்திரசேகர் இவரது தாய்மாமா. ஆக.... சாந்தா ஒரு புகழ்பெற்ற குடும்பத்தில் பிறந்துள்ளார்.

படிப்பில் கெட்டிக்காரி, மூத்தவள் என்பதால் பொறுப்பாக இருக்கும் குணம் இயல்பாகவே இருந்தது. அம்மாவிடம் ஆரம்பக் கல்வி பயின்றார். கல்லூரி படிக்கும் தருணம் வரும்போது மாமாவைப் போலும் தாத்தாவைப் போலும் இயற்பியலோ கணிதமோ எடுப்பார் என்று எதிர்பார்த்தார்கள். ஆனால் சாந்தா சமர்த்தாக மருத்துவம் படித்தார். 1949-இல் எம்.பி.பி.எஸ் படித்து முடித்து 1952-ஆம் ஆண்டில் D.G.O. பட்டமும் பெற்றார். எழும்பூர் குழந்தைகள் நல மருத்துவமனையில் மகப்பேறு மருத்துவராகப் பணியாற்றினார். அரசு வேலைஎன்று எல்லாம் சரியாகப் போய்க் கொண்டிருந்தது.

அதே சமயத்தில் டாக்டர் முத்துலட்சுமி பல சவால்களைத் தாண்டி அடையார் புற்றுநோய் மருத்துவமனையை 1952-ஆம் ஆண்டு ஜவஹர்லால் நேருவின் கையால் அடிக்கல் நாட்டினார். இரண்டு வருடங்கள் கழித்து 1954-ஆம் ஆண்டு மருத்துவமனை தொடங்கப்பட்டது. டாக்டர் முத்துலட்சுமி ரெட்டியுடன் சேர வேண்டும் என்று சாந்தா விரும்பினார். அரசு வேலையை விட்டுவிட்டு மருத்துவமனை தொடங்கியவுடன் வந்து சேர்ந்தார்.

சின்னக் கூடாரம். பன்னிரண்டு படுக்கைகள், இரண்டு மருத்துவர்கள். இதுதான் அன்றைய அடையார் மருத்துவமனை. புற்றுநோய் பணக்கார வியாதியோ முதுமை வியாதியோ இல்லை. அதன் வீரியத்தைப் பார்த்து மக்கள் நம்பிக்கையிழந்து இருந்த காலம். மருத்துவத்திலும் இந்த நோயைப் பற்றிய பெரிய புரிதல் இல்லை. சொல்லப்போனால் மருத்துவம் படிக்கும் அன்றைய மருத்துவ மாணவர்களுக்கு இந்தச் செல்கள் எப்படி எதிரிகளாக மாறி உயிரைப் பறிக்கின்றன என்ற பாடம் எதுவும் இருந்ததில்லை.

டாக்டர் முத்துலட்சுமியுடன் சேர்ந்து நோயாளிகளைப் பார்க்க ஆரம்பித்தார். சின்னக் குழந்தைகள் கண்ணுக்கு முன் இறப்பதைப் பார்த்து நிலைகுலைந்து போனார். நேரம், காலம் இன்றி மக்களின் வலியைக் குறைக்கப் போராடி வந்தார். 1968-ஆம் ஆண்டு தனது எண்பத்தொன்றாம் அகவையில் முத்துலட்சுமி காலம் சென்றார்.

சாந்தாவிற்குத் துணையாக முத்துலட்சுமியின் மகன் மருத்துவர் கிருஷ்ணமூர்த்தி இருக்க, இருவரும் இணைந்து மருத்துவம் பார்த்து வந்தனர். நாள்கள் செல்ல செல்ல நோயைப் பற்றிய புரிதல் வர ஆரம்பித்தது. சந்தேகமின்றி இது எல்லா நோய்களைவிடச்

சவாலான நோய் என்றாலும் அவரது ஆராய்ச்சி கை கொடுக்க ஆரம்பித்தது. உலகத்தின் எந்த மூலையில் இந்த நோய்க்கான மருந்து கண்டுபிடிக்கப்பட்டாலும் உடனுக்குடன் அடையாருக்கு வரவழைத்து அதை உபயோகித்துச் சிகிச்சை அளிக்க ஆரம்பித்தார். வேறு எதைப் பற்றியும் யோசிக்காமல் நோயாளிகளின் சிகிச்சை மட்டுமே அவர் வாழ்க்கையின் குறிக்கோளாக எடுத்துக் கொண்டார். எங்கு ஆராய்ச்சி என்று வந்தாலும் அதில் மருத்துவர் சாந்தாவின் பங்கு இருந்தது.

சிகிச்சை முறைகள் புரிய ஆரம்பித்தன. ஆனால் அது பணம் உள்ளவர்களுக்கு மட்டும் கிடைக்கும் என்ற நிலை. அதைத் தன் அயராத உழைப்பால் மாற்றினார். சிகிச்சையை ஏழை எளியோருக்கும் கிடைக்கும்படி வழி செய்தார்.

பணம் இருப்பவர்களிடம் நியாயமான கட்டணத்தை பெற்றுக் கொண்டார். அதே சமயம் ஏழை மக்களுக்கு இலவசமாகச் சிகிச்சை செய்ய முன் வந்தார். எல்லாச் சிகிச்சைகளும் பாகுபாடின்றி எல்லோருக்கும் கிடைக்க வேண்டும் என்று அமைதியான போராட்டம் நடத்தி அதைச் சாத்தியப்படுத்தினார்.

மருத்துவர் கிருஷ்ணமூர்த்தி காலமான பின் 1997-ஆம் ஆண்டு அடையார் புற்றுநோய் நிறுவனத்தின் முழுப் பொறுப்பும் சாந்தாவின் கைகளில் வந்தது.

சாந்தா என்ற பெயருக்கேற்ற சாந்தமான முகம். மிக மென்மையான மனம். மெல்லிய கழுத்துச் சங்கிலியைத் தவிர்த்து அவர் எந்த ஆபரணங்களாலும் தன்னை அழகுபடுத்திக் கொள்ளவில்லை. எந்த நிறங்களை விடவும் சந்தனநிறக் காட்டன் புடைவைகளையே அவர் தேர்ந்தெடுத்தார். ஆன்மீகத்திலோ மதத்திலோ பெரிய நாட்டம் இல்லாதவர். அவருக்குக் கடவுள் மதம் எல்லாம் அவரைத் தேடி வரும் நோயாளிகள் மட்டுமே. செய்யும் சேவை தொழில், வாழ்க்கை எல்லாமுமாகவும் மாறிப்போனது.

வீடு வாசல் அனைத்தையும் துறந்து இறக்கும் தருணம் வரை மருத்துவமனையில் ஓர் அறையில் தங்கித் தன் சேவையைத் தொடர்ந்தார். தனியார் மற்றும் அரசு நிறுவனங்களிடமிருந்து நிதியுதவி பெற்றுப் படுக்கைகளின் எண்ணிக்கையை உயர்த்தினார். பன்னிரண்டு படுக்கைகள், சில நூறு படுக்கைகளாகின. இரண்டு

மருத்துவர்கள் இருந்த இடத்தில் நூற்று முப்பது என்று எண்ணிக்கை உயர்ந்தது.

தனக்கான ஓய்வு நேரங்களில் வாசிப்பது பழக்கம். அதிலும் அதிகமாகப் புற்றுநோய் பற்றிய ஆராய்ச்சி பற்றியவையாக மட்டுமே இருந்தது. மருத்துவர்களுக்கும் செவிலிகளுக்கும் சிறந்த முறையில் பயிற்சி கொடுத்தார்.

ஒரே நோக்கம் சேவை. பல குழந்தைகளுக்குச் சிகிச்சை பலன் அளித்தது. கொடிய நோயிலிருந்து உயிர் பிழைத்து சகஜமான வாழ்க்கை வாழ்ந்து கொண்டிருக்கும் பலரும் சாந்தாவின் உழைப்பிற்குக் கிடைத்த மாபெரும் விருது.

இந்தச் சேவையில் திருமணம் என்ற நினைவெல்லாம் கரைந்து போனது. திருவிழா, பண்டிகைக் கொண்டாட்டங்களின் போது மட்டும் குடும்பத்தாரையும் நண்பர்களையும் சந்தித்தார். கூடுதலாகத் தங்கை சுசீலாவோடு நேரம் செலவு செய்வது அவருக்குப் பிடிக்கும். மதிய நேர உணவைத் தங்கையோடு சாப்பிடுவதை வழக்கமாக வைத்திருந்தார். தான் இறப்பதற்கு சில வருடங்களுக்கு முன் சுசீலாவின் உடல் நிலை சரியில்லாத நிலையில் அறுவை சிகிச்சை செய்ய நேர்ந்தது. அவர் மீண்டு வரும்வரை துடித்துப் போயுள்ளார்.

உறவுகளை ஒருபக்கமும், நோயாளிகளின் சிகிச்சையை மறுபக்கமும் என்று இருபக்கமும் சமன் செய்து வாழ்க்கையை நடத்தியவர்.

உதவ மனமுள்ளவர்களைக் கண்டால் மகிழ்ந்து விடுவார். விருதுகள் வரும்போது அதைக் கண்டு கொள்ளாமல் தன் சேவையில் முழுக் கவனம் வைத்தவர். 'பாரத் ரத்னா' விருதைக் கூட லேசில் அவர் பெற்றுக் கொள்ளவில்லை. அதற்குக் காரணம் இருந்தது. இந்தியாவின் நோபல் பரிசு என்று சொல்லப்படும் மகசேசே விருது, பத்ம பூஷண் என்று பல உயர்ந்த விருதுகள் அவரைத் தேடி வந்தன. அதற்குப்பின் வந்த விருதுகள் எல்லாம் அவர் கரங்களை அலங்கரிக்க வருடங்கள் காத்துக் கிடந்தன. மூன்று வருடம் காத்திருப்புக்குப் பின் 'பாரத் ரத்னா'வைப் பெற்றுக் கொண்டார்.

தமிழ்நாடு, இந்தியா என்ற எல்லையைத் தாண்டி உலக சுகாதார மையத்தின் ஆலோசனைக் குழுவில் பல காலம் இருந்தார்.

லிம்பாய்டு நியோபிளாசியாஸ் பற்றிய INDO-US கூட்டுக் குழுவின் தலைவராகவும், ஐ.சி.எம்.ஆர் பணிக்குழுவின் உறுப்பினராகவும், அண்ணா பல்கலைக்கழகத்தின் சிண்டிகேட் உறுப்பினராகவும் இருந்துள்ளார்.

இந்தியப் புற்றுநோயியல் சங்கத்தின் தலைவராகவும், புற்றுநோய்க் கட்டுப்பாட்டுக்கான ஆசிய மற்றும் பசிபிக் கூட்டமைப்புகளின் தலைவராகவும், 15 வது ஆசிய மற்றும் பசிபிக் புற்றுநோய் மாநாட்டின் தலைவராகவும் சாந்தா இருந்தார். பல சர்வதேச அறிவியல் ஒத்துழைப்பு திட்டங்களில் பங்கேற்றுள்ளார். புற்றுநோய் என்று எங்கு பேசப்பட்டாலும் அங்கு சாந்தாவின் சேவை நீக்கமற நிறைந்திருந்தது.

இவர் தன்னலமற்ற மருத்துவச் சேவை மூலம் கோடிக்கணக்கான மக்களுக்கு வாழ்வு தந்தார்.

கோவிட் காலம் முதல் சிகிச்சைப் பிரிவுக்குச் சென்று நேரடியாக நோயாளிகளைப் பார்க்காமல் தன் அறையிலிருந்தபடியே நிர்வகித்து வந்தார். கிட்டத்தட்ட அறுபத்தைந்து ஆண்டுகள் தொடர் சேவை, மருத்துவம் என்று இயங்கிக் கொண்டிருந்த உடல் ஒரு கட்டத்தில் சோர்வடைய ஆரம்பித்தது.

ஆஸ்துமாவால் அவ்வப்போது அவதிப்பட்டுக் கொண்டிருந்தார். சிகிச்சையும் எடுத்துக் கொண்டு தொண்ணூற்றி மூன்று வயதிலும் மிச்சம் ஏதாவது வேலை பாக்கி இருக்கிறதா என்று கேட்டுக் கேட்டுத் தன் பணியை முடித்துக் கொண்டு வந்தார். நன்கொடையாளர்களுக்கு மின்னஞ்சல் அனுப்பும் வேலையில் ஈடுபட்டிருந்தார். 2021 ஆம் ஆண்டு ஜனவரி பதினெட்டாம் தேதி இரவு அவர் உடல்நிலை மோசமடைந்தது.

இறுதி மூச்சு வரை புற்றுநோய் நிறுவனத்துக்காகவே வாழ்ந்து முடித்தார். தன் மறைவுக்குப் பிறகு அஸ்தியை புற்றுநோய் நிறுவனம் முழுக்கத் தூவி விட வேண்டும் என்று தனது கடைசி ஆசையை முன்கூட்டியே சொல்லி வைத்திருந்தார்.

பத்தொன்பதாம் தேதி அவர் ஆன்மா அடையார் நிறுவனத்தின் ஒவ்வொரு நோயாளிகளின் படுக்கையில் நிம்மதி கொண்டது. தென்னிந்தியாவின் அன்னை தெரேசா, சாந்தாதான் என்பதில் எந்த ஐயமும் இல்லை.

மருத்துவர் சாந்தாவைப் போல் நிறைவான வாழ்க்கை வாழ வேண்டுமென்றால் சரியான இலக்கை நோக்கி நாம் நகர்ந்து கொண்டிருக்க வேண்டும். முக்கியமாக சமூகத்திடம் இருந்து எதையும் எதிர்பார்க்காமல் தான் கொடுக்க வேண்டியதை மன நிறைவோடு கொடுக்கும் மனம் வேண்டும். விருதுகள், பட்டங்கள், செல்வம் எல்லாமே அர்த்தமுள்ள வாழ்க்கைக்கு முன் ஒன்றுமில்லாமல் போய்விடும்.

அடையார் புற்றுநோய் மருத்துவமனைக்குப் பல லட்சம் நோயாளிகள் பல மாநிலங்களிலிருந்து வந்து கொண்டிருக்கிறார்கள். குணம் அடைந்து செல்லும் எண்ணிக்கையும் முன்பைவிட அதிகரித்து உள்ளது. எக்காலத்திலும் இவர் பெயர் மருத்துவ உலகில் சிரஞ்சீவியாக இருக்கும்.

15 கிரண் மஜூம்தார்

சுதந்திரம் கிடைத்து சமூகத்தில் சீரமைப்பு நடந்து கொண்டிருந்த காலம். பெண் கல்வி கட்டாயம் என்பதையெல்லாம் நினைத்தும் பார்க்கவியலாத சூழல். பதினெட்டு வயது நிரம்பியதும் கெட்டி மேளம் கட்டாயம் என்ற நிலை நிலவிய காலம். பூனே நகரில் 1953-ஆம் ஆண்டு ஒரு குஜராத்திக் குடும்பத்தில் பிறந்தார் இந்தக் கட்டுரையின் நாயகி கிரண் மஜூம்தார்.

குஜராத்தி என்றாலே தொழிலதிபர்களாக, வணிகர்களாக இருக்க வேண்டும் என்பது எழுதபடாத விதி. எவ்வளவு பெரிய பணக்காரர்களாக இருந்தாலும் பெண் கல்வியின் அவசியம் அவர்கள் பட்டியலில் இருந்ததில்லை. பெண்ணுக்கு பதினெட்டு முடிகிறதோ இல்லையோ இன்னொரு தொழிலதிபரின் மகனுக்குப் பெண்ணைக் கொடுத்துவிடுவார்கள்.

கிரணின் தந்தை யுனைடெட் ப்ரூவரீஸ் நிறுவனத்தில் தலைமை ப்ரூ மாஸ்டராக இருந்தார். ப்ரூ மாஸ்டர் என்றால் பியர் உற்பத்தியாளர். பியர் எப்படி இருக்க வேண்டும், அதில் என்ன கலக்க வேண்டும். அது எவ்வளவு நேரம் நொதிக்கவேண்டும் என்று ஆயிரம் விஷயம் இருக்கிறது. சொல்லப்போனால் நம் அனைவருக்கும் பரிச்சயமான கிங்ஃபிஷர் பியர் உற்பத்தி நிறுவனத்தின் மிக முக்கிய பொறுப்பிலிருந்தார்.

கிரண் பெங்களூரு பிஷப் காட்டன் பெண்கள் உயர்நிலைப் பள்ளியில் கல்வி பயின்றார். உயர் கல்வியைப் பெங்களூரில் உள்ள மவுண்ட் கார்மல் கல்லூரியில் முடித்தார். கிரணின் அப்பா சாதாரண அப்பாவாக இருந்திருந்தால் இந்தக் கட்டுரையை எழுத வேண்டிய அவசியம் இருந்திருக்காது. கிரணும் கெட்டிக்காரி. மருத்துவம் படிக்க ஆசை. நன்றாகப் படித்தும் மருத்துவம் படிக்க வாய்ப்பு கிடைக்கவில்லை. மகளின் ஆசை நிறைவேற அப்பா ஒரு வழி சொன்னார்.

அதன்படி கிரண் பெங்களூரு பல்கலைக்கழகத்தில் விலங்கியல் மற்றும் உயிரியலில் பட்டம் பெற்றார். கிரணுக்கு ஆரம்பக் கால முதல் ஆராய்ச்சி மீதான ஈர்ப்பு இருந்தது. பட்டம் பெற்ற பின் மீண்டும் மருத்துவம் படிக்கலாம் என்ற எண்ணம் ஈடேறவில்லை. அவரது அப்பா, மகளிடம், “ப்ரூமாஸ்டர் படிப்பு உனக்கு நல்ல தேர்வாக இருக்கும் என்றார். உன் ஆராய்ச்சி ஆர்வத்திற்கு நல்ல துறை” என்று கூறினார்..

இதைக் கேட்டு முதலில் அதிர்ச்சி அடைந்த கிரண், அப்பாவிற்கு ஏதோ ஆகிவிட்டது என்று முதலில் எண்ணினார். அதற்குக் காரணம் பியர் உற்பத்தி செய்யும் தொழிலில் பெண்கள் ஈடுபடுவது எங்கும் நடக்காத விஷயம்.

ஆனால் அதை அப்படிப் பார்க்க வேண்டாம், மனிதனுக்குத் தெரிந்த பழமையான உயிர்நுட்பவியல் முறை என்று அவரது அப்பா எடுத்துக் கூறினார். கிரணுக்குக் கண்டிப்பாக இந்தத் துறை பிடிக்கும் என்று சமாதானப்படுத்தி ஆஸ்திரேலியாவிற்கு அனுப்பினார்.

கிரண் மஜூம்தார் தனது இருபத்தி ஒன்றாம் வயதில் ஆஸ்திரேலியாவில் வந்திறங்கினார். இரண்டு வருடப் படிப்பு. இந்தியாவில் மட்டுமில்லை, ஆஸ்திரேலியாவிலும் பெண்கள் இந்தப் படிப்பைப் படிப்பதில்லை என்பது அவர் வகுப்பைப் பார்க்கையில் தெரிந்தது. வகுப்பில் ஒரே மாணவி. அவர் படிப்பை எதுவும் பாதிக்கவில்லை. பலவிதமான தொழில்நுட்பங்களைக் கற்றுக் கொண்டார். முதல் மதிப்பெண் பெற்று இந்தியா திரும்பினார்.

பெரிய விஷயத்தைச் சாதித்துவிட்டோம் என்ற நிறைவோடும், யாரும் தேர்வு செய்யாத துறையில் படித்துவிட்டோம் என்ற பெருமையோடும் வந்திறங்கினார். எப்படியும் வேலை

கிடைத்துவிடும். எத்தனை பியர் கம்பெனிகள் உள்ளன. யார் யார் கூப்பிடுவார்கள்? எங்கு செல்லலாம் என்று பல கனவுகள் மனதைக் குதூகலப்படுத்தின. அவர் நினைத்தது போல் பலரும் அவரை ஆலோசனைக்கும், தீர்வுக்காகவும் அணுகினார்கள். வேலை என்று வரும்போது வாய்ப்புகள் சுருங்கின.

கார்ல்டன் மற்றும் யுனைடெட் ப்ரூவரீஸ் ஆகியவற்றில் ஒரு பயிற்சியாளர் ப்ரூவராக வேலை கிடைத்தது. ஆனால் அவர் எதிர்பார்த்த வாய்ப்புகள் கிடைக்கவில்லை. இரண்டு வருடங்கள் வேலையைத் தேடி அலைந்தார். ஆலோசகராக வந்து தீர்வு சொல்லிவிட்டுப் போனால் போதும். இது பெண்களுக்கான இடம் இல்லை என்று அவருக்கு வேலை கொடுக்க மறுத்தார்கள். பெண் என்பதாலேயே வாய்ப்புகள் மறுக்கப்பட்டன. ஆலோசனை கொடுத்த அப்பாவும் உதவ முடியாமல் தவித்தார். இந்தப் போக்கை அவர் கொஞ்சம்கூட எதிர்பார்க்கவில்லை.

இந்தியா தன் துறைக்கு சரிப்பட்டு வராது என்ற முடிவுக்கு வந்தார். இந்தியாவிற்கு வெளியே வேலை தேட ஆரம்பித்தார். அவர் நம்பிக்கை வீண் போகவில்லை. ஸ்காட்லாந்தில் இருந்து வேலை செய்ய அழைப்பு வருகிறது. வேறென்ன வேண்டும்..? பயணத்துக்குத் தயாராகிறார்.

பரோடாவில் இருந்து தில்லி செல்லும் நாள் வந்தது. இரயில் பயணத்துக்குத் தேவையான அனைத்தையும் எடுத்துக் கொண்டு இருக்கும் போது ஒரு தொலைபேசி அழைப்பு வருகிறது. பேசியவர் அயர்லாந்தைச் சேர்ந்த லெஸ்லி ஆச்சின்க்ளோஸ். கிரணைப் பார்க்க அவர் இந்தியா வந்திருப்பதாகக் கூறுகிறார்.

இரயில் கிளம்புவதற்கு முன் அவரை சந்தித்துப் பேசுகிறார். லெஸ்லி ஆச்சின்க்ளோஸ் பயோகான் பயோகெமிக்கல்ஸ் நிறுவனர். இந்தியாவில் துணை நிறுவனத்தை நிறுவ ஒரு இந்தியத் தொழில்முனைவோரைத் தேடிக்கொண்டு வந்திருப்பதாகக் கூறுகிறார். பயோகான் பயோகெமிக்கல்ஸ் லிமிடெட் காய்ச்சுதல், ஜவுளி மற்றும் உணவுப் பொதிகளில் பயன்படுத்த என்சைம்களை உற்பத்தி செய்யும் நிறுவனம்.

தனக்கு ஸ்காட்லாந்தில் வேலை கிடைத்திருப்பதையும், டெல்லியில் மூன்று வாரம் இருக்கப் போகும் பயிற்சி பற்றியும் சொல்லிவிட்டு

கிரண் தன் வேலையைப் பார்க்க முடிவு செய்கிறார். அவ்வளவு தூரம் பயணித்து வந்திருக்கும் லெஸ்லிக்கு உதவ வேண்டும் என்று தோன்றுகிறது. தன் நண்பன் ஒருவர் அவருக்கு உதவ வாய்ப்புள்ளதாகச் சொல்லி அவரைச் சந்திக்கும் வாய்ப்பையும் உருவாக்குகிறார்.

கிரண் போகும் இரயிலில் லெஸ்லியும் உடன் பயணிக்கிறார். ஓர் இரவு உணவுடன் சந்திப்பு நிகழ்கிறது. கிரணின் நண்பருக்கு இந்த டீலிங் பிடித்து போனது. லெஸ்ஸியும் சரி என்று சம்மதிக்க, எல்லாம் முடிந்தது. எல்லாம் அப்படியே இருந்திருந்தால் இன்று நான் கிரண் மஜூம்தார் பற்றி எழுத வாய்ப்பு கிடைத்திருக்காது. வாழ்க்கையில் ஏதோவொரு கணத்தில் அந்தத் திருப்புமுனை நடக்கும். அதை நாம் புரிந்து கொண்டால் சிறப்புதான். ஆனால் அது அவ்வளவு சுலபத்தில் நடப்பதில்லை என்பதுதான் உண்மை.

ஒரு முடிவுக்கு வந்த பின், லெஸ்ஸி மீண்டும் கிரணை பார்க்க வேண்டும் என்று கேட்கிறார். சந்திப்பு நடக்கிறது.

"கிரண், நீயே என் இந்திய நிறுவனத்தின் பார்ட்னராக இருக்க வேண்டும் என்று நான் ஆசைப்படுகிறேன்"

"என்னிடம் பணமோ, இல்லை தொழில் செய்ய வேண்டிய அனுபவமோ இல்லை, என் நண்பன் உங்களுக்கு சரியான தேர்வாக இருப்பான் லெஸ்ஸி ".

"அவர் சரியான தேர்வுதான். சந்தேகமில்லை. அவர் முதலீடு செய்வார். தொழில்நுட்பத்தை விற்பார். ஆனால் புதிதாக எதையும் உருவாக்கும் திறன் உன்னிடம் மட்டுமே இருக்கிறது."

அயர்லாந்திலிருந்து கிளம்பும் போது லெஸ்ஸி, கிரணின் ஆஸ்திரேலியா நண்பர்கள் மூலம் அவரது திறமையை எல்லாம் தெரிந்துதான் இவ்வளவு தூரம் பயணம் செய்துள்ளார்.

எப்படியோ பேசி கிரணை ஒப்புக்கொள்ள வைக்கிறார்- ஆனால் ஒரு ஷரத்துடன். ஒரு வருடம் லெஸ்ஸியோடு சேர்ந்து வேலை செய்வார். சரிவரவில்லை என்றால் லெஸ்ஸியே சிறந்த நிறுவனத்தில் வேலை வாங்கிக் கொடுப்பதாக உறுதி கொடுத்தார்.

ஸ்காட்லாந்துக்குப் போகாமல் லெஸ்லியோடு சேர்ந்து நொதிகளை உருவாக்கும் தொழிலில் இறங்க முடிவெடுத்தார் கிரண்.

பெங்களூரில் உள்ள தனது வாடகை வீட்டின் கேரேஜில் பயோகான் நிறுவனத்தைத் தொடங்கினார். நொதிகளை உருவாக்கும் தொழில் பயோடெக்னாலஜி துறை சார்ந்தது. பீர் அல்லது என்சைம்(நொதி)களை புளிக்க வைக்கும் தொழில்நுட்பத்தின் அடிப்படை ஒன்றுதான்.

என்சைம் எல்லா உயிரினங்களிலும் இருக்கும். உதாரணத்திற்கு நாம் சாப்பிடும் உணவில் இருக்கும் கொழுப்பைக் கொழுப்பு அமிலமாக மாற்ற என்சைம் தேவைப்படுகிறது. ஒரு பொருள் மக்க வேண்டும் என்றால் கெமிக்கல் உபயோகிப்பதுதான் வழக்கம். ஆனால் பயோ டெக்னாலஜி மூலம் நொதிகளை உருவாக்கி அதை உபயோகிக்கும் போது சுற்றுப்புறச் சூழல் பாதுகாக்கப்படும்.

நொதியின் அவசியம் இந்தத் துறையில் மட்டும் என்றில்லாமல் பல துறைகளுக்குத் தேவையாக இருந்தது. இந்தியாவில் முதல்முறை இந்தத் தொழில்நுட்பத்தை எடுத்து நடத்திய பெருமைக்கு உரியவர் கிரண். முதல் சில வருடங்களில் நொதியை அமெரிக்காவுக்கு ஏற்றுமதி செய்யும் முதல் நிறுவனமாக பயோகான் மாறியது. இதில் கிடைத்த பெரும் லாபத்தை மீண்டும் தொழிலில் போட முடிவெடுத்தார். தன் வீட்டின் காரேஜில் ஆரம்பித்த நிறுவனத்துக்கு இருபது ஏக்கரில் சொந்தமான நிலம் வாங்கினார்.

கிரண் தனது தொழிலை நொதிகளோடு மட்டும் நிறுத்திக் கொள்ளவில்லை. அதை வைத்துக் கொண்டு மருந்து ஆராய்ச்சியில் இறங்கினர்.

1984-ஆம் ஆண்டு ஆராய்ச்சிக்காக என்று தனியாக ஒரு நிறுவனத்தை நிறுவினார். ஐசிஐசி வங்கி அவர் தொழிலுக்கு கை கொடுத்தது. பல கோடி ரூபாய் முதலீடு செய்தது. கிரண் வங்கியின் நம்பிக்கையைச் செயலில் காட்டினார்.

ஆராய்ச்சி நல்ல முறையில் தொடர்ந்தது. விதவிதமான இயற்கை முறையில் தயாரிக்கும் முறைகள் கண்டுபிடிக்கப்பட்டன. அவர் 1994- இல் சின்ஜீன் துணை நிறுவனத்தை நிறுவினார். சின்ஜீன் ஆரம்பக்கால ஆராய்ச்சி மற்றும் சேவைகளை ஒப்பந்த அடிப்படையில் வழங்க ஆரம்பித்தது.

இந்தப் பரபரப்பான சிந்தனையில் தனக்கான துணையைப் அடையச் சிறிது காலம் கடந்திருந்தது. ஸ்காட்லாந்துக்கு

வேலைக்குப் போகாமலிருந்தவரை ஸ்காட்லாந்து விடுவது போலில்லை. அந்த நாட்டின் ஜான் ஷா என்பவர் அவரது வருங்காலக் கணவரானார். ஜானும் தன் வருங்கால மனைவிக்குப் பல வழிகளில் பக்கபலமாக இருந்தார்.

1997-ஆம் ஆண்டில், யூனிலீவர் நிறுவனம் பயோகான் பங்குகளை விற்றது. அந்தப் பங்குகளை வாங்குவதற்காகத் தனிப்பட்ட முறையில் 2 மில்லியன் டாலர் திரட்டினார் ஷா. ஐரோப்பாவிலிருந்த தன் வீடு வாசலை விற்றுத் தந்தார்.

1998-ஆம் ஆண்டு லட்சிய மனைவியைக் கைப்பிடித்தார். சிறிது தாமதமான திருமணம்தான். அப்பொழுதிலிருந்து கிரண் மஜூம்தார் ஷாவாக மாறினார்.

இந்த சவாலான துறையில் கிரண் நிகழ்த்திக் காட்டிய வளர்ச்சி பலரது கவனத்தை ஈர்த்தது. பல பிரபலமான பத்திரிக்கைகளின் முன்னட்டையில் இடம்பெறும் அளவிற்கு உச்சத்தைத் தொட்டுக் கொண்டிருந்தார்.

ஆராய்ச்சியைத் தொடர்ந்து பயோ கான் மருந்து செய்யும் தொழிலில் ஈடுபட்டது. மருந்து உற்பத்தியில் கிரண் ஷா ஒரு புரட்சியைக் கொண்டுவந்தார். 2000-இல் கிளினிஜீன் என்ற துணை நிறுவனத்தை நிறுவினார். பல நோய்களுக்கு அமெரிக்கா மற்றும் சில ஐரோப்பா நாடுகளிடமிருந்து மருந்து இறக்குமதி செய்து கொண்டிருந்த காலம். உதாரணத்திற்கு இரத்தக் கொதிப்பு, நீரிழிவு நோய்களுக்கெல்லாம் விலங்கிலிருந்து எடுத்த இன்சுலின் மக்களுக்குத் தரப்பட்டது.

பயோ கான் மூலம் இயற்கையான நொதி முறையில் இன்சுலின் தயாரித்தார்கள். ஆரம்ப நிலையில் மற்ற மருந்தைவிட இதன் விலை இரண்டு மடங்காக இருந்தது. அனைவருக்கும் கிடைக்கும் விதமாக இதன் விலையையும் உற்பத்தியையும் கிரண் திறம்பட நிர்வகித்தார். புற்றுநோய், நோய் எதிர்ப்பு மருந்து போன்ற மருந்துகள் அயல் நாடுகளுக்கும் ஏற்றுமதி செய்ய ஆரம்பித்தார்கள். இன்று வரை பல நாடுகளில் பயோகான் மருந்துகள் விற்பனைக்கு உள்ளன.

2001- இல் நிறுவனத்தின் முதல் துணைத் தலைவரானார் ஷா. தொழில் பலமடங்கு வளர ஆரம்பித்தது. இதைப் பார்த்துக் கொண்டிருந்த கிரணின் நண்பர் இன்ஃபோசிஸ் நாராயண

மூர்த்தி கிரணுக்கு ஓர் ஆலோசனை வழங்கினார். "கிரண், உன் உழைப்புக்கு நல்ல பலன் கிடைத்திருக்கு. இந்த நிறுவனம் பங்குச் சந்தையில் இருக்க வேண்டியது"

அவர் அறிவுறுத்தலின் படி 2004 -ஆம் ஆண்டில், பங்குச் சந்தையில் பயோகானை கிரண் பட்டியலிடுகிறார்.

பயோகானின் ஆராய்ச்சித் திட்டங்களை உருவாக்க மூலதனத்தைத் திரட்டுவதே அவரது எண்ணமாக இருந்தது. இந்தியாவில் முப்பத்தி மூன்று மடங்கு அதிகச் சந்தா செலுத்திய ஐ.பி.ஓ.வை வெளியிட்ட முதல் பயோடெக் நிறுவனமாக பயோகான் ஆனது. பங்குச் சந்தையில் பட்டியலிடப்பட்ட முதல் நாளிலேயே ஒரு பில்லியன் டாலர்களைக் கடந்து இந்தியாவின் இரண்டாவது நிறுவனமாக மாறியது.

பயோடெக்னாலஜி மற்றும் ஹெல்த்கேர் துறைகளில் கிரண் மஜூம்தார் - ஷாவின் பங்களிப்புகள் பரவலாக அங்கீகரிக்கப்பட்டுள்ளன.

பாலினத் தடைகளை உடைத்தது மட்டுமல்லாமல், உயிரித் தொழில்நுட்பத் துறையிலும் இந்தியாவின் ஒட்டுமொத்த பொருளாதார வளர்ச்சியிலும் குறிப்பிடத்தக்க பங்களிப்பைச் செய்துள்ளார். பலவிதமான விருதுகள் அவரை அலங்கரித்துக் கொண்டிருக்கின்றன. முக்கியமாக சிறந்த வேதியியலாளருக்கான ஓத்மர் விருது அவருக்கு கிடைத்தது.

பெண்கள் எந்தத் துறையிலும் சிறந்து விளங்க முடியும் என்பதை உலகிற்கு நிரூபித்த ஷா, வழிகளே இல்லாத துறையிலும் தனக்கான வழியை அமைத்துக் கொண்டு சாதனைப் பெண்மணியாக வாழ்ந்து வருகிறார்.

16. மிருணாளினி சாராபாய்

பிரிட்டிஷ் இந்தியாவில் மதராஸ் மாகாணத்தில் பிரபலமான வழக்கறிஞர் சுவாமிநாதன். அவரது மனைவி திருமதி அம்மு சுவாமிநாதன் சமூக ஆர்வலர். சுதந்திரப் போராட்டத்தில் அம்மு தன்னை ஈடுபடுத்திக் கொண்டார். செழிப்பான குடும்பம். வீட்டில் ஐரோப்பியக் கலாசாரம் மேலோங்கி இருந்தது. 1918-ஆம் ஆண்டு மே பதினோராம் தேதி அம்முவுக்கும் சுவாமிநாதனுக்கும் மூன்றாவது மகளாக மிருணாளினி பிறந்தாள்.

அவரது சகோதரி லக்ஷ்மி சாகல், தாயைப் போலவே, இந்திய சுதந்திரத்திற்கான போராட்டத்தில் தீவிரமாக இருந்தவர். வங்காள சுதந்திரப் போராட்ட வீரர் சுபாஷ் சந்திரபோஸால் உருவாக்கப்பட்ட இந்தியத் தேசிய இராணுவத்தில் கேப்டனாக பணியாற்றிய பெருமை லக்ஷ்மிக்கு உண்டு. அண்ணன் கோவிந்த் சுவாமிநாதன் சட்டம் படித்து அப்பாவைப் போல் வழக்கறிஞராக இருந்தார்.

ஆனால் மிருணாளினிக்கு நினைவு தெரிந்த நாள் முதல் நாட்டியத்தின் மேல் அதீத நாட்டம் இருந்தது. அம்மா சுதந்திரப் போராட்டத்தில் எப்பொழுதும் பரபரப்பாக இருப்பார். அப்பா நீதிமன்றங்களில் வழக்குகளுக்கு வாதிட்டுக் கொண்டிருந்தார். வீட்டில் பல சமயம் வேலையாள்கள் பராமரிப்பில் மிருணாளினி வளர்ந்து வந்தாள்.

சுவிட்சர்லாந்தில் இரண்டு வருடம் விடுதியில் தங்கியிருந்து மிருணாளினி படித்தார். அங்கு அவர் மேற்கத்திய நாட்டியமான பாலேவை கற்றுக் கொள்ளும் வாய்ப்பு கிட்டியது. அதற்குப் பின் அமெரிக்கா சென்று படித்தவர் நாட்டியத்திலும் கவனம் கொண்டார்.

பரதநாட்டியத்தைத் தேவதாசிகள் மட்டும் ஆட வேண்டும். அல்லது கோயில்களில் ஆடுவதற்கென்றே சில பெண்கள் இருந்த சூழல். மிகச் சின்ன மேடையில் ஆடுவதுதான் அன்றைய நிலை. அவர்களைத் தவிர்த்து குடும்ப பெண்கள் ஆடுவதற்குத் தடை செய்யப்பட்டிருந்த காலம்.

மிருணாளினிக்கு ஆட வேண்டும் என்று ஆசை. அம்மாவிடம் தன் ஆசையைத் தெரிவித்தாள். இசை, நடனம் ஆகியவற்றின் திசைப் பக்கம் தலை வைத்திராத குடும்பம். மகள் ஏதோ புதிதாகச் சொல்கிறாள். சரி, கற்றுக் கொள்ளட்டும் என்று உன் ஆசைப்படியே செய் என்று சொல்லிவிட்டார். ஆனால் கற்றுத் தருவதற்குக் குரு கிடைக்காமல் பல நாள்கள் கழிந்தன.

ஒரு வழியாகக் கும்பகோணத்தில் இருந்த பரதநாட்டிய குருவான முத்துக்குமார பிள்ளை மற்றும் பந்தநல்லூர் மீனாட்சிசுந்தரம் பிள்ளை ஆகியோரிடம் நடனம் பயின்றார். குரு குஞ்சுகுழுவிடத்தில் கதகளியும் கற்றார். பல மாதங்கள் தொடர்ந்து கும்பகோணத்திலிருந்து பிள்ளைவாளிடம் நாட்டியம் கற்றுக் கொண்டார். வசதியான வீட்டை விட்டு பரதநாட்டியம் கற்றுக் கொள்ள வசதிகளற்ற சூழல் அவருக்குத் தடையாக இருக்கவில்லை.

கும்பகோணத்திலிருந்து திரும்பி வரும் போது அவரைப் பார்த்து அவரது அம்மா, "இப்படி எந்த வசதியும் இல்லாத இடத்துக்குப் போய் கஷ்டப்பட வேண்டுமா?" என்று பல முறை கேட்டுள்ளார். ஆனால் மிருணாளினிக்கு நடனத்திற்கு முன் கஷ்டங்கள் எல்லாம் தூசியாகிப் போயின.

மிருணாளினி இளம்பருவத்தில் இருக்கும் போதே தந்தை சுவாமிநாதன் மரணித்து விடுகிறார். அந்த வலியைப் பல முறை தன் நாட்டியத்தின் மூலம் அவர் ஆற்றிக் கொண்டதுண்டு. அன்றையக் காலத்தில் ரவீந்திரநாத் தாகூர் நடத்திய சாந்திநிகேதன் பள்ளி

கலைஞர்களுக்கான சரணாலயமாக இருந்தது. மிருணாளினியும் மூன்று ஆண்டுகள் அந்தப் பள்ளியில் தங்கியிருந்து பல விதமான நடனங்களை கற்றுக் கொண்டார். தாகூரின் சண்டலிகா, மயர் கௌலா மற்றும் விசர்ஜன் போன்ற நடன நாடகங்களில் பங்குகொள்ளும் அதிர்ஷ்டம் மிருணாளினிக்குக் கிடைத்தது. சாந்திநிகேதனில் தான் விரும்பியபடி நடனமாடுவதற்கான சுதந்திரத்தை அவருக்குத் தாகூர் கொடுத்திருந்தார். தாகூரின் வாழ்க்கை அணுகுமுறை மிருணாளினியின் வாழ்க்கையிலும் தாக்கத்தை ஏற்படுத்தி இருந்தது.

தான் கற்றுக் கொண்ட கலையைக் கடல் தாண்டி சென்று நடனக் கலைஞர்களோடு நிகழ்ச்சிகள் நடத்த ஆரம்பித்தார். உள்ளூர் வெளியூர் என்று அவர் பறந்து பறந்து நாட்டியம் ஆடினார். அதிலும் முக்கியமாகப் பரதநாட்டியம் அவர் சுவாசமாக இருந்தது.

பெங்களூருவில் நடந்த நடன நிகழ்ச்சியில் மிருணாளினியின் நடனத்தைப் பார்த்துக் காதலில் விழுந்தார் சாராபாய். அப்பொழுது விக்ரம் சாராபாய் விண்வெளி ஆராய்ச்சியின் மாணவனாக இருந்தார். இருவரும் தங்கள் லட்சியத்தை நோக்கி அயராது உழைத்துக் கொண்டிருந்த காலம். விக்ரமைவிட மிருணாளினி பிரபலம். இருவரும் இரு வேறு பாதையில் பயணித்தாலும் காதல் என்ற ஒற்றைப் புள்ளி அவர்களை ஒன்றாக்கியது.

1942-ஆம் ஆண்டு மிருணாளினியின் திருமணம் விக்ரம் சாராபாயுடன் நடந்தது. அலகாபாத் புகுந்த வீடாகிப் போனது. நாலா பக்கமும் எல்லாம் வித்தியாசமாகப் புதுமையாக இருந்தது. தென்னிந்தியக் கலாச்சாரமும் புகுந்த வீட்டுப் பழக்க வழக்கமும் எந்த புள்ளியிலும் சேராமல் விலகி இருந்தன. விக்ரம் சென்னையிலிருந்து நாட்டியக்காரியைத் திருமணம் செய்து வந்திருக்கிறார் என்று மக்கள் கிசுகிசுத்தார்கள். சாராபாயின் தந்தை அந்த ஊரின் மிகப் பெரிய தொழிலதிபராக இருந்தார். பெரிய வீட்டுக்கு இப்படி ஒரு பெண்ணா? என்று அறியாமையின் வெளிப்பாடாக அக்கம்பக்கத்தார் அலட்டிக் கொண்டார்கள். அவர்களுக்குப் பரதநாட்டியம் என்ற கலையைப் பற்றிய ஞானம் எதுவும் இல்லை.

காதல் திருமணம். நல்ல குடும்பம். புரிந்து கொள்ளும் மாமனார் என்று ஆயிரம் சிறந்த விஷயங்கள் இருந்தாலும் மிருணாளினிக்குள்

ஒரு வெறுமை. தனக்குள் ஒரு போராட்டம். இதற்கிடையில் இரண்டு பிள்ளைகளுக்குத் தாயாகிறார். மகன் கார்த்திக். மகள் மல்லிகா.

ஆறுவருடம் ஓடிவிடுகிறது. ஆடிய காலும் பாடிய வாயும் எழுதிய கையும் சும்மா இருக்காதல்லவா? விக்ரமுக்கும் தன் மனைவியின் ஆழ் மனதின் ஏக்கம் புரிந்தது.

அவள் நடனமாடத் தாயாரானாள். முதலில் மக்கள் வித்தியாசமாகப் பார்த்தார்கள். எங்கு சென்றாலும் தன் நடனத்துக்கான மேடை கிடைத்து விட்டால் சலங்கை கட்டிக் கொண்டு ஆட ஆரம்பித்துவிடுவார். மக்கள் வாய்க்கு மருமகள் அவல் ஆகிவிட்டார் என்று விக்ரமின் தந்தைக்குத் தெரிந்தது. எங்கு மருமகள் ஆடினாலும் அந்த அரங்கின் முதல் இருக்கையில் அமர்ந்து பார்த்தார்.

விக்ரம் வழிகாட்டுதலின்படி தர்பனா என்ற நடனப் பள்ளியை ஆரம்பித்தார் மிருணாளினி. விக்ரம் சாராபாய் ஒரு பக்கம் தன் ஆராய்ச்சியில் மூழ்க மிருணாளினிக்கு நடனத்தில் செலவழிக்கப் போதுமான நேரம் கிடைத்தது.

ஒரு குழந்தை, இரண்டு குழந்தை.. என்று நடனம் கற்றுக் கொள்ள வரும் மாணவர்களின் எண்ணிக்கை அதிகரிக்க ஆரம்பித்தது. இப்பொழுதும் மக்கள் வாய் ஓயவில்லை. சாராபாய் குடும்பத்தின் மருமகள் என்பதால் இந்த வெளிச்சம் என்று பேச ஆரம்பித்தார்கள்.

மிருணாளினி தான் வெற்றிபெற வேண்டும் என்றோ அல்லது சாதித்துக் காட்ட வேண்டும் என்று எதையும் செய்யவில்லை. அவருக்குப் பிடித்ததைச் செய்ய வேண்டும்.முக்கியமாக நடனம் அவர் மூச்சாக இருந்தது. அதைச் சரியாகச் செய்ய வேண்டும் என்று மட்டுமே நினைத்தார். உழைத்தார். தர்பனாவில் பரதம் மட்டும் இல்லை, கதகளி, மோகினியாட்டம், குச்சிப்புடி மற்றும் மிருணாளினியின் சொந்தப் படைப்பு என்று தர்பனா விரிந்து கொண்டு சென்றது.

தர்பனா ஆரம்பித்த 1949-ஆம் ஆண்டு மிருணாளினிக்கு ஒரு அரிய வாய்ப்பு கிடைத்தது. பிரான்ஸ் நாட்டில் நடக்கும் ஒரு கலை நிகழ்ச்சிக்கு மிருணாளினியை அழைத்திருந்தார்கள். முதல் முறை மாமனார், கணவன் என்ற அடையாளங்கள் எதுவும் இல்லாமல்

வெறும் நடனக் கலைஞராக அந்த அரங்கில் பரதநாட்டியம் ஆடினார். அவர் நடனம் பலரால் பாராட்டப்பட்டது. அது மட்டுமின்றி அதற்குப்பின் பல ஐரோப்பிய நாடுகளில் தொடர்ந்து நிகழ்ச்சிகள் செய்ய இது நல்ல தொடக்கமாக இருந்தது.

திருமணத்துக்குப் பின் குஜராத்தி மொழியைக் கற்றுக் கொண்டார். நாளிதழ்களை வாசிக்கும் பழக்கம் இருந்தது. ஒருநாள் வரதட்சணைப் பிரச்சனையால் ஒரு பெண் தற்கொலை செய்து கொண்டார் என்பதைப் படித்துப் பதைபதைத்துப் போனார். அப்படி ஒரு விஷயம் இருக்கிறது என்பதை அவரால் நம்பவே முடியவில்லை.

எழுத்தாளன் என்றால் அந்தத் தாக்கத்தை எழுதி தன் ஆட்சேபணையைக் காட்டி இருப்பான், ஓவியன் வரைந்திருப்பான். மிருணாளினி நடனத்தின் மூலம் அந்த நிகழ்வை அரங்கேற்றிக் காட்டினார்.

நாட்டியம் என்றால் அழகு, நளினம் மட்டும் இல்லை. சமூகத்தின் அழுக்கு படிந்த பக்கத்தையும் காட்ட முடியும் என்று முடிவு செய்தார். பரதநாட்டியத்தின் மூலம் அதைச் செய்தும் காட்டினார். பாரம்பரிய வடிவங்களைப் பயன்படுத்தி சமகாலப் பிரச்சினைகளை ஒருவர் எவ்வாறு சித்தரிக்க முடியும் என்று மிருணாளினியின் நடனத்தைப் பார்த்துத் தெரிந்து கொள்ளலாம்.

1971-ஆம் ஆண்டில், ஆம்ஸ்டர்டாமில் உள்ள சர்வதேச நாடகக் கழகத்தின் மாநாட்டில் மிருணாளினி கலந்து கொண்டார். அதில் அவர் சகுந்தலாவின் கதாபாத்திரத்தை ஏற்று நடனமாடினார். பன்னெடுங் காலமாக சகுந்தலையின் கதையைக் கேட்டவர்களுக்கு அன்று வேறு சகுந்தலையைத் தரிசிக்கும் வாய்ப்பு கிடைத்தது.

தனது கணவன் துஷ்யந்தன் தன்னை மனைவியாக ஏற்க மறுத்தபோது அவள் தந்தையோ தோழிகளோ ஒன்றும் கேட்கமாட்டார்கள். மகாபாரதத்தில் சகுந்தலா துடித்து மௌனமாவாள். ஆனால் மிருணாளினியின் நடனத்தில் சகுந்தலா தன் தந்தை கண்வரிடமும், தோழிகளிடமும் கேள்வி கேட்பாள். ஒரு சுயமரியாதையுள்ள பெண்ணாக, கோபத்தில், துஷ்யந்தனைத் துணிந்து, நாகரீகமற்ற மனிதனாக ‘அனார்யா’ என்று அழைத்து, மேடையிலிருந்த அனைத்துக் கதாபாத்திரங்களையும் கேள்விக்குட்படுத்தினாள். இதன் மூலம் பெண்கள் தங்களது உரிமைகளைக் கேட்க வேண்டும்,

அநீதியைக் கண்டு மௌனமாகக் கடந்து செல்லக் கூடாது என்பதை உணர்த்தினார்.. மிருணாளினியின் சகுந்தலா, தன் கணவனுக்கு மறதி நோய் வந்ததால், ஒரு பெண்ணைத் தண்டிக்கும் சமூக வழக்கத்தை எதிர்த்து கேள்வி கேட்டு இருப்பார்.

பரதநாட்டியத்தின் மூலம் சமூக விழிப்புணர்வை ஏற்படுத்த முடியும் என்ற புதுமையைக் கொண்டு வந்தார். பரதநாட்டியத்தில் மட்டுமில்லை... கதகளியிலும் மாற்றங்களைக் கொண்டு வந்தார். 'மனுஷ்யா' என்ற நடனத்தை சக நடனக் கலைஞர்களை வைத்து அரங்கேற்றினார். அதில் ஆடம்பரமான கதகளி ஆடைகளோ ஒப்பனைகளோ பயன்படுத்தவில்லை. எளிமையான வெள்ளை வேட்டியை மட்டும் அணிந்து, வெறும் கதகளி ஹஸ்தங்கள் மற்றும் முகபாவனைகளை மட்டுமே பயன்படுத்தினார்.

1977-ஆம் ஆண்டு வகுப்புவாதம், தீண்டாமையை எதிர்த்து 'சண்டிலிகா' என்ற நடன நிகழ்ச்சியை நடத்தினார். இதில் முக பாவனைகள் மற்றும் சில அடர்த்தியான சைகைகள் மூலம் சமூகத்தின் அவலத்தைக் காத்திரமாகப் பரதம், கதகளி மூலம் காட்சிப்படுத்தினார்..

தன்னைச் சுற்றி நடக்கும் அவலங்களுக்கான எதிர்ப்பைத் தான் கற்றுத் தேர்ந்த கலை மூலம் தொடர்ந்து விழிப்புணர்வை ஏற்படுத்திக் கொண்டிருந்தார். புதுமையில் கவனம் செலுத்தினாலும் பாரம்பரியத்தில் முழு நம்பிக்கை இருந்தது. பாரம்பரிய நடன வடிவங்களில் முழுமையான பயிற்சி இல்லாமல் புதுமைகளைப் பற்றிச் சிந்திக்க முடியாது என்றும், புதுமைக்காக புதிய படைப்புகளை உருவாக்க முயற்சிக்கக்கூடாது என்றும் கூறினார்.

தர்பனாவில், சமூகத்தில் உள்ள சர்ச்சைக்குரிய பிரச்சனைகளை ஆக்கப்பூர்வமாகப் பிரதிபலிக்கும் வகையில், கலை நிகழ்ச்சிகள் மூலம் அகிம்சைக்கான மையத்தை நிறுவினார். இயற்கையுடன் நெருங்கி வருவதற்கான வழிகளைக் குழந்தைகளுக்குக் கற்பிப்பதற்காக அவர் பிரகிருதி அறக்கட்டளையை நிறுவினார்.

நடனத்துடன் வாசிப்பதையும் அவ்வப்போது எழுதுவதையும் விரும்பினார். கவிதைகள் தவிர,' திஸ் அலோன் இஸ் ட்ரூ' என்ற குறுநாவலையும் எழுதியுள்ளார். புராணக் கதைகள், நடன நுட்பங்கள் மற்றும் அவரது தயாரிப்புகள் பற்றிய கட்டுரைகளை எழுதியுள்ளார்.

பத்மஸ்ரீ, பத்மபூஷண் மற்றும் சங்கீத நாடக அகாடமி விருது உட்படப் பல விருதுகளை வழங்கி நடனத்திற்கான அவரது பங்களிப்பை இந்திய அரசு அங்கீகரித்துள்ளது. அவர் இந்திய நடனத்தை உலக மேடைகளில் புதுமைகளோடு கொண்டு சேர்த்த பெருமைக்குரியவர்.

இன்று தர்பனாவில் பல ஆயிரம் குழந்தைகள் நடனக் கலையைக் கற்றுக் கொள்கிறார்கள். மிருணாளினி மற்றும் சாராபாய் இருவருக்கும் குழந்தைகள் மீது அதீத கவனமும் அன்பும் இருந்தது. மிருணாளினி நடன நிகழ்ச்சிகளுக்காக வெளிநாடுகளுக்குப் பயணம் செய்யும் போது சாராபாய் தன் மகள் மல்லிகா மற்றும் மகன் கார்த்திக்கைப் பார்த்துக் கொள்ளும் பொறுப்பை ஏற்றுக் கொள்வார்.

நாட்டியத்தின் வாசமில்லாத குடும்பத்திலிருந்து தான் நேசிக்கும் கலையை கற்றுக் கொண்டு அதன் மூலம் அவர் சமூகத்திற்கு ஆற்றிய சேவை அளப்பரியது. அன்று தன் கனவை நினைவாக்க ஆரம்பித்த தர்பனா இன்று பல ஆயிரம் கலைஞர்களின் சரணாலயமாக மாறியுள்ளது.

இப்பொழுது தர்பனாவை மகள் மல்லிகா சாராபாய் நிர்வகித்து வருகிறார். தான் நேசித்த நடனத்தையும் குடும்பத்தையும் சீராகக் கொண்டு சென்றவர் மிருணாளினி. அதுமட்டுமின்றி நடனத்தில் புதுமையைப் பூசி அடுத்த தலைமுறைக்கும் விட்டுச் சென்றுள்ளார்.

2016-ஆம் ஆண்டு ஜனவரி மாதம் இருபதாம் தேதி தனது தொண்ணூற்றி ஏழாம் வயதில் நிறைவாக வாழ்ந்து காலம் சென்றார்.

திருமணம் முடிந்துவிட்டால், குழந்தைகள் பிறந்து ஒரு நீண்ட இடைவெளி வந்துவிட்டால் மீண்டும் எப்படித் தன் கனவை பின்தொடர முடியும் என்ற பல பெண்களின் கேள்விக்கு மிருணாளினி ஒரு சிறந்த உதாரணம்.

17. மணலூர் மணியம்மை

வரலாறு முழுவதும் பல பெண்களின் வீரச் செயல்களைப் பற்றி நாம் கேள்விப்பட்டிருப்போம். சிலரைத் தெரிந்திருந்தாலும் பலரது தியாகங்களும் சாதனைகளும் மறைக்கப்பட்டன என்பதுதான் உண்மை. இந்த கட்டுரையின் வீர நாயகியை அனைவரும் தெரிந்து கொள்வது அவசியம்.

சுதந்திரத்துக்கு முன்பும் சுதந்திர இந்தியாவிற்கு பின்பும் சனாதன சமயக் கொடுமைகளும் புறக்கணிப்புகளும் இருந்தன. தன் சமூகத்துக்காகப் போராளியாக மாறிய பெண்களின் பட்டியலில் மணலூர் மணியம்மைக்கு முக்கிய இடமுண்டு.

மணி எப்பொழுது பிறந்தார் என்று தெரியவில்லை. ஆனால் அவர் பிறந்தது நில வளம் கொண்ட செழிப்பான பிராமணக் குடும்பத்தில். அக்கா, தங்கை, தம்பி என்று உடன்பிறந்தவர்களோடு வளர்ந்த மணிக்குப் பெற்றோர் வைத்த பெயர் வாலாம்பாள். மணி போல் அழகாக இருந்ததால் அவர் பெயர் நிரந்தரமாகவே மணி என்று மாறிப்போனது.

அவரது அத்தையின் கட்டளைக்கிணங்க பெற்றோர் அவரை நாகர்கோவில் வழக்குரைஞர் ஒருவருக்கு இரண்டாம் தாரமாக மணம் முடித்துக் கொடுத்தனர். சீருக்கும் சிறப்புக்கும் குறைவில்லை. வைரமும் வைடூரியமும் அநாயசமாக வீட்டில் கிடந்தன. வெள்ளி

டபராவில் ஃபில்டர் காபியும், நெய் சொட்டச் சொட்ட பதார்த்தத்துக்கும் குறைவில்லாத ராஜபோக வாழ்க்கை. தன் அழகு மனைவியை வெள்ளைக்காரத் துரைகள் நடத்தும் விழாக்களுக்கு அழைத்து போனார். அறிமுகப்படுத்தும் போது நாலு வார்த்தை மணி ஆங்கிலத்தில் பேச வேண்டும் என்று ஆசைப்பட்டார். வெள்ளைக்கார டீச்சரம்மாவை வைத்து ஆங்கிலம் படிக்க வைத்தார். அன்பு, காதல் என்று எதுவும் இல்லை. எல்லாம் ஒரு ஜோடனை போல்தான் சென்றது. பத்து வருடங்கள் கழிந்தன. கணவர் இறந்து போகிறார். சொத்துக்குச் சொந்தங்கள் அடித்துக் கொள்ள. அது தூசிக்குச் சமம் என்று எண்ணி எதையும் சொந்தங்கொள்ளாமல் அம்மா வீடு திரும்பினார்.

அந்தக் காலத்தில் கைம்பெண்களுக்கு நடந்த அனைத்து கொடுமைகளும் மணிக்கும் நடந்தது. மொட்டை அடித்து, மூலையில் உட்கார வைத்தார்கள். காலஞ்சென்ற அப்பா பூஜித்து வந்த சிவனை வழிபடுவது மட்டுமே அவள் வேலையாகிப் போனது.

ஒருநாள் கதாகாலட்சேபம் கேட்கும் போது, "பெண்கள் கணவனின் பெயரை ஜெபித்துக் கொண்டிருக்க வேண்டும். அதுதான் அவர்கள் மோட்சம் அடைய ஒரே வழி என்று சாஸ்திரங்கள் கூறுகின்றன. கணவன் இருந்தாலும் இறந்தாலும் அது தான் சாலச் சிறந்த வழி" என்றார் காலட்சேபம் செய்தவர். அதைப் போலவே பெண்கள் ஈசுவர பூஜை செய்ய அனுமதி இல்லை என்று சொன்னதும் அவள் காதில் விழுந்தது. சாஸ்திரம் சம்பிரதாயம் இவற்றின் மீது வெறுப்பு உண்டானது.

சுதேசமித்ரன் பத்திரிகைகளைப் படிப்பது வழக்கமான பின், காந்திஜியின் காங்கிரஸ் இயக்கம் பற்றிய செய்திகளைத் தொடர்ந்து அறிந்து கொள்கிறார். மணலூர் மட்டுமில்லை... சுற்றியிருக்கும் அனைத்துக் கிராமங்களிலும் ஆண்ட ஜாதி மிராசுதார்கள் காங்கிரஸ் இயக்கத்தில் இணைத்துக் கொள்வதைக் கௌரவம் என்று நினைக்கிறார்கள். மணியும் தேசிய விடுதலைப் போராட்ட இயக்கத்தின்பால் ஈடுபாடு கொண்டு, காந்தி தஞ்சை வந்த போது அவரைச் சந்தித்து காங்கிரசில் இணைகிறார்.

மிராசுதார்களுக்கும் விவசாயத் தொழிலாளிகளுக்கும் நடுவில் நடுவாள் இருந்தார்கள். அவர்கள் வைப்பது தான் சட்டம். மணலூரில் மணி குடும்பத்தைத் தவிரப் பெரிய நில உடமைக்காரர்

பட்டாமணியம் பிள்ளை குடும்பம். நடுவாள்களின் சூழ்ச்சியால் வேலையாட்களின் வாழ்க்கை படு மோசமாக இருந்தது. இதைத் தெரிந்து கொண்ட மணி நடுவாளைக் கண்டித்து அவனை வெளியேற்றுகிறாள். உழைப்பவனுக்கு உரியது அவனுக்குக் கிடைக்க வேண்டும். அவர்களின் உழைப்பில் மிராசுதார்கள் சீரும் செழிப்புமாக வாழ்ந்து வந்தார்கள். தொழிலாளர்கள் உழைத்து விட்டு ஆண்ட சாதிக்கு முன் கூனிக் குறுகி நிற்கும் அவலத்தை மணியால் பார்த்துக் கொண்டு சும்மா இருக்க முடியவில்லை.

ஏதாவது சின்ன விஷயமென்றாலும் ஒடுக்கப்பட்டவர்களைக் கட்டி வைத்து அடிப்பது, அவர்களது மனைவியை வைத்துச் சாணியைக் கரைத்து வாயில் ஊற்றுவது என்று கொடுமைகள் பல அரங்கேறின. குழந்தைகளைத் தோலுரியும்படி அடிப்பது போன்ற பல அராஜகங்கள் நடந்து கொண்டிருந்தன. அவர்களை எதிர்த்து மணியம்மை பல போராட்டங்களை நடத்தினார். அதுமட்டும் பயன் அளிக்காது என்று ஒடுக்கப்பட்ட மக்களைத் திரட்டி அவர்கள் உரிமையைப் பற்றிய விழிப்புணர்வை ஏற்படுத்தக் கள வேலைகளில் தன்னை ஈடுபடுத்திக் கொண்டார்.

மணி வெளியே போகும் போது 'மொட்டைப் பாப்பாத்தி' என்று நடுவாளின் கையாட்கள் கேலி செய்வது வழக்கமாகிப் போனது. ஒருமுறை மணியை வாய்க்காலில் தள்ளி அவளை ஏளனம் செய்தார்கள். நனைந்த உடையோடு வீடு வந்த மணி, ஒரு முடிவுக்கு வருகிறார். ஒரு மாதமாக மழியாத தலையைத் தொட்டுப் பார்க்கிறார். கைம்பெண் என்ற முத்திரை குத்தியதிலிருந்து தலைக்கு எண்ணெய் வைத்ததில்லை. முள் முள்ளாக இருந்த முடிக்கு எண்ணெய் வைத்தார்.சட்டையும் இல்லாமல் ஜிப்பாவும் இல்லாத ஒரு உடுப்பு, கீழே லுங்கி, மேலே ஒரு துப்பட்டா என்று எல்லாம் மாறுகிறது. பெண் என்பதால் தானே அவர்கள் தன்னை இப்படிச் செய்கிறார்கள். பெண் என்றால் அடிமை என்ற தவறான புரிதல் இருந்தது. அந்த அடையாளத்தைத் துறக்கிறார். யாரையும் எதிர்பார்க்காமல் பயணம் செய்ய, சைக்கிள் ஓட்டக் கற்றுக் கொள்கிறார், தற்காப்பிற்காகச் சிலம்பம் சுற்றத் தெரிந்து கொள்கிறார்.

ஹரிஜன மக்களுக்காக அனுதினமும் ஏதோவொரு போராட்டம் நடக்க ஆரம்பித்தது. அவர்களின் அடிப்படை வாழ்க்கைக்காகப்

பலரைப் பகைத்துக் கொள்ள வேண்டியதாயிற்று. அதைப் பற்றி அவர் கவலைப்படவில்லை.

வேலையாட்களின் குழந்தைகளுக்குப் படிக்கச் சொல்லிக் கொடுக்க முன்வருகிறார். மனிதனில் உயர் சாதி, கீழ் சாதி இல்லை என்று போகுமிடமெல்லாம் முழங்குகிறார். அம்மாவும் உடன் பிறந்தவர்களும் மணியின் உருமாற்றத்தைப் பார்த்து உறைந்து போகிறார்கள். சில உறவினர்களுக்கு மணியின் இந்த முற்போக்குத்தனம் மிகவும் எரிச்சலூட்டியது. அந்தச் சமயத்தில் கிராப் வெட்டிக் கொண்டு, ஜிப்பா உடையுடன் சைக்கிளில் பயணித்துப் புரட்சி செய்த ஒரே பெண்மணி மணியம்மை.

இவள் தரும் குடைச்சலை மிராசுதார்களால் தாங்கிக் கொள்ள முடியவில்லை. காங்கிரஸ் கமிட்டிச் சந்திப்புகளில் ஆண்களுக்கு நடுவில் அமர்ந்து மக்களுக்காகப் பேசும் தைரியசாலியாக இருந்தார்.

மணலூர் விவசாயிகளுக்கு மட்டுமின்றி மில் தொழிலாளர்களுக்காகவும் அநியாயத்தைத் தட்டி கேட்கிறார். ஒன்று இரண்டல்ல... எங்கு ஒடுக்கப்பட்டவர்களுக்கு அநியாயம் நடந்தாலும் அங்கு சென்று குரல் கொடுப்பது வழக்கமாகிப் போகிறது.

காங்கிரஸ் மாகாணக் கமிட்டி உறுப்பினர் பதவிவரை உயர்ந்து வருகிறார். ஆனால் சுயசாதி மக்கள் செய்த சூழ்ச்சியால் எல்லாம் தடைப்பட்டுப் போகிறது. மைலாப்பூர் சென்று காங்கிரஸ் தலைவரிடம் பேசும் போது , “மணி, கமிட்டித் தலைவர் பதவி உனக்குக் கொடுக்கணும்ன்னா அவ்வளவு பணம் உன்கிட்ட இருக்கணுமில்ல..?” இதைக் கொஞ்சமும் எதிர்பார்க்காத மணிக்குக் கோபம் வந்தது. பதவி என்பதை மக்களுக்கு மேலும் உதவுவதற்கு ஒரு வழியாகப் பார்த்தார் என்பது அவர்களுக்குப் புரியவில்லை என்று தெரிந்தது. காங்கிரஸ் மீது இருக்கும் அதிருப்தியையும் கொட்டிவிட்டு அங்கிருந்து வெளியேறுகிறார்.

காங்கிரஸ்காரர்கள் பதவி மோகம் கொண்டவர்கள் என்றும், பண்ணையார்களுக்கே காங்கிரசில் பெருமதிப்பு இருக்கிறது என்று உணர்ந்து கொள்கிறார். ஜனசக்தி இதழ் மூலம் பொதுவுடைமைக் கொள்கைகளின் பால் ஈடுபாடு கொண்ட மணியம்மை, ஒரு முழுநேரக் கம்யூனிஸ்ட்டாக மாறுகிறார். கிஸான் சங்

என்ற அமைப்பை நிறுவி விவசாய மக்களை ஒன்று திரட்டி உரிமைகளுக்காகப் போராடுகிறார். இதனால் ஆத்திரம் அடைந்த மிராசுதார்கள் அவரை கொல்லக்கூடத் துணிந்தார்கள்.

அதுகாறும் வாழ்ந்துவந்த தம்பியின் வீட்டிலிருந்தும் விவசாய நிலத்திலிருந்தும் வெளியேற்றப்படுகிறார். சென்னையில் வழக்குரைஞராக இருந்த தம்பிக்குப் பலகாலக் கசப்புக்குப் பிறகுதான் அக்காவின் போராட்டம் நன்கு புரிந்தது.

திருவாரூரில் அவர் தங்கியிருந்த அறையே கம்யூனிஸ்ட் கட்சி அலுவலகமாக மாறியது. தான் நம்பும் இயக்கத்துக்காக இரவு பகல் என்று பாராமல் பல இரகசிய கூட்டங்களுக்குச் செல்வது வாடிக்கையாகிப் போனது. செல்லும் இடங்களிலெல்லாம் ஒடுக்கப்பட்ட மக்களும் பெண்களும் தொழிலாளர்களும் மணியம்மையைத் தேடி வந்து தங்கள் பிரச்சனைகளுக்குத் தீர்வு கண்டு சென்றார்கள். அது தொழிலாளர்கள் போராட்டமாகட்டும், குடும்ப பிரச்சனையாகட்டும் எல்லாவற்றுக்கும் துணை நின்றவரை அம்மா, அம்மா என்று மக்கள் மனதார அழைத்தார்கள்.

1944-ஆம் ஆண்டு மே மாதம் முதல் விவசாயிகள் மாநாடு, விவசாயத் தொழிலாளர் மாநாடு ஆகியவை ஏற்பாடு செய்யப்படுகின்றன. இந்த மாநாடுகள் ஒடுக்கப்பட்டவர்களை ஊக்கி எழுச்சி கொள்ளச் செய்யும் பொது உடைமை இயக்கத்தின் வெற்றியாகப் பரிணமிக்கிறது.

சுதந்திரம் கிடைத்தபின் ஒரு பக்கம் கொண்டாட்டம், மறுபக்கம் துக்கம் என்று கலவையான மனநிலையில் இருந்தார்கள். வெள்ளையன் வெளியேறிவிட்டான், இனி ஒவ்வொரு பிரச்சினையைச் சரி செய்ய வேண்டும் என்ற நம்பிக்கை மணியம்மைக்கு இருந்தது.

ஆட்சிக்கு வந்தவுடன் வெள்ளைக்காரனுக்குச் சலாம் போட்ட மிராசுகளின் கையில் அதிகாரம் வர ஆரம்பித்தது. கம்யூனிஸ்ட் கட்சியின் சித்தாந்தம் அவர்களுக்கு உறுத்தலாகவே மாறிப் போனது. கூட்டத்தைக் கலைக்க வேண்டும் என்று மிராசுகள் முடிவு செய்கிறார்கள். அப்போது பல முன்னணித் தலைவர்கள் கைது செய்யப்பட்டனர். மணியம்மாவும் கைதுசெய்யப்பட்டு சிறைக்குச் சென்றார்.

புதிய சுதந்திர இந்தியாவில் அதற்கான சுதந்திரம் இருந்தது. தடுப்புக் காவல் சட்டத்தில் அவரைச் சிறையிலிட்டார்கள். எதைத் தடுப்பதற்கு யாரை எதிலிருந்து தடுப்பதற்கு என்று காரணம் புரியவில்லை.

முதலில் கடலூர்ச் சிறை, பின்பு வேலூர்ச் சிறை என்று ஒரு வருடச் சிறை வாழ்க்கை தொடர்ந்தது. உள்ளே இருக்கும் பெண் கைதிகளின் குழந்தைகள் நிலை கண்டு மனம் பதைக்கிறது. அப்பொழுது அங்கு வந்த மந்திரியிடம் குழந்தைகளுக்காக மனு கொடுத்து அதைச் சரி செய்கிறார். இப்படிப் போகும் இடமெல்லாம் மக்களுக்கு அன்னையாகவே மாறுகிறார்.

ஒரு வருடம் கழித்து வெளியே வரும்போது பணத்தால் உழைப்பால் உருவாக்கிய இயக்கம் சின்னாபின்னமாகிப் போயிருந்தது. தாயில்லாத குழந்தைகளைப் போல் மணியம்மை இல்லாமல் மக்கள் குடிசைகளும் உடம்புகளும் பூட்ஸ் கால்களில் மிதிபட்டுப் போனதை நினைத்து மணியம்மை உறைந்து போகிறார்.

நாகப்பட்டினம் பகுதியில் மணியம்மையின் தொழிற்சங்கப் போராட்டம் இன்று வரை மக்களால் பேசப்பட்டு வருகிறது. அவர் கொடுஞ் சிறை வாசத்துக்கும் அஞ்சவில்லை. அதேபோல திராவிட மற்றும் நீதிக்கட்சிகளின் ஒருசார்புத் தன்மையையும் கபட வேடங்களையும், நிலப்பிரபுத்துவ ஆதரவுப் போக்கையும் தோலுரிக்கவும் தயங்கவில்லை.

வழக்கமான சுதந்திரப் போராட்ட வீராங்கனை போலல்லாமல் சாதித் தீண்டாமை, பெண்ணடிமை, தேச விடுதலை, வர்க்கப் போராட்டமென ஒரு தலைமைக்கான சகல அம்சங்களோடு போராடியதால்தான், மணியம்மை முக்கியத்துவம் பெற்றவராகிறார்.

1953-ல் பூந்தாழங்குடி என்னும் கிராமத்தில் ஒரு நிலக்கிழாரோடு விவசாயத் தொழிலாளர்களுக்காகப் பேச்சுவார்த்தை நடத்திவிட்டு திருவாரூர் செல்லப் பேருந்திற்காகக் காத்து நிற்கையில் மான் முட்டி இறந்தாரென்று அரசு ஆவணங்கள் சொல்கின்றன.

ஆனால் கீழத்தஞ்சையின் போராட்ட வரலாறு தெரிந்தவர்களுக்கு அது படுகொலைதான் என்பது சொல்லாமலே புரியும். மணியம்மை மறைந்திருக்கலாம். ஆனால் இன்றைக்கும் அவர் விவசாயத் தொழிலாளர்களின் வாழ்க்கையிலும், அவர்கள் பாடும்

பாடல்களிலும் மறையாமல் வாழ்ந்துகொண்டே தான் இருக்கிறார். பெண்ணடிமை தலைதூக்கிக் கொண்டிருந்த காலத்தில் ஒரு கைம்பெண்ணாக அவர் கடந்து வந்த பாதை சவால்களாலும் சறுக்கல்களாலும் நிறைந்தது. ஆனால் எல்லாவற்றையும் தன் எண்ணத்தால், தைரியத்தால் சமாளித்து மக்களுக்காக உழைத்தார். அவர் போட்ட விதை இன்று தஞ்சை மாவட்டத்தில் ஆலமரமாக வேரூன்றி நிற்கிறது.

18. மிச்செல் ராபின்சன் ஒபாமா

வரலாறு முழுக்க மக்களை ஒடுக்குவதற்குச் சாதி மதம் மட்டுமே காரணமாக இருந்ததில்லை. நிறத்தை வைத்தும் மக்களை அடிமைப் படுத்திய காலம் ஒன்றிருந்தது. இன்றும் அது இருக்கிறது. ஆனால் முந்தைய நிலையைக் காட்டிலும் அது குறைந்திருக்கிறது அல்லது குறைக்கப்பட்டிருக்கிறது. அமெரிக்காவில் 1954-ஆம் ஆண்டு முதல் 1968 ஆம் ஆண்டுவரை சிவில் உரிமைகள் இயக்கம் இயங்கிக் கொண்டிருந்தது. அதன் நோக்கம் கறுப்பினத்தவர்களுக்குப் பாதுகாப்பும் உரிமையும் கிடைக்க வேண்டும். அந்த இயக்கத்தின் தலைவராக இருந்தவர் மார்ட்டின் லூத்தர் கிங். அவர் கருப்பினத்தவர்களுக்காக எப்படியெல்லாம் போராடினார் என்று உலகம் அறிந்த விஷயம். அவர் போராட்டம் வீண் போகவில்லை என்பதற்குச் சாட்சி இந்தக் கட்டுரையின் நாயகி.

அமெரிக்காவிலுள்ள சிகாகோவின் தெற்குப் பகுதியில் இல்லினாய்ஸின் என்ற இடம் உள்ளது. அங்கு ஃப்ரேசர் ராபின்சன் III மற்றும் மரியன் ஷீல்ட்ஸ் ராபின்சன் என்ற தம்பதிக்கு 1964-ஆம் ஆண்டு ஜனவரி பதினேழாம் தேதி இரண்டாவது மகளாக மிச்செல் லாவான் ராபின்சன் பிறந்தார்.

மிச்செல்லின் தாய்வழி, தந்தைவழிப் பாட்டன் பூட்டன் எல்லாம் கறுப்பின அடிமைகளாக இருந்திருக்கிறார்கள். அவர்களுக்கோ அல்லது அவர்கள் பிள்ளைகளுக்கோ கல்வி என்பது கனவிலும்

நினைத்துப் பார்க்க முடியாத விஷயம். ஃப்ரேசர் ராபின்சன் தன் மகள் மிச்செலுக்கும் மகன் க்ரேக்குக்கும் எப்படியாவது கல்வி அறிவு கொடுக்க வேண்டும் என்று தீர்மானம் செய்தார். இனவெறி பல தலைமுறைகளாகத் தலைதூக்கி ஆடிக் கொண்டிருந்த காலம்.

மிச்செல் குழந்தையாக இருக்கும் போது அவர்கள் குடியிருப்புப் பகுதிகளில் எல்லா நிறத்தவரும் இருந்தார்கள். காலம் செல்லச் செல்ல வெள்ளை நிறத்தவர்கள் வெளியேற ஆரம்பித்தார்கள். அந்த பகுதி முழுக்க கறுப்பினத்தவர்களின் குடியிருப்பாக மாறியது.

மற்றக் கறுப்பினத்துக் குழந்தைகளைப் போல் சாதாரணமான வாழ்க்கைதான் மிச்செலுடையது. அவர் அப்பா ஃப்ரேசர் குழந்தைகளின் கல்வியில் எந்தக் குறையுமின்றிப் பார்த்துக் கொண்டார். மிச்செல், சிகாகோவில் இருக்கும் சிறந்த பள்ளிக்குச் செல்ல ஒரு மணி நேரத்திற்கும் மேல் பயணம் செய்ய வேண்டியிருந்தது.

ஏழ்மையான குடும்பம் என்றாலும் மிச்செலுக்கும் அவர் அண்ணன் க்ரேகிக்கும் அவ்வப்போது அப்பாவிடமிருந்து ஏதாவது அதிசயம் காத்திருக்கும். பீட்ஸாவோ இல்லை, அப்பாவோடு காரில் நீண்ட தூரம் சென்று வருவது போன்றோ சின்னச் சின்ன விஷயங்கள் மூலம் அவர்கள் வாழ்க்கை நிறைவாக இருந்தது. அதைத் தவிர்த்துப் படிப்பு படிப்பு படிப்பு மட்டுமே.

திடீரென்று மிச்செலின் அப்பாவிற்கு மல்டிபிள் ஸ்களீரோசிஸ், என்ற வியாதி வந்துவிடுகிறது. அவர் தினசரி வேலைகள் தடைப்பட்டு, நடக்கவும் முடியாத நிலை. இருப்பினும், ஃப்ரேசர் அரிதாக குறை எதுவும் சொல்லாமல் குடும்பத்துக்காக ஏதோ ஒன்றைச் செய்து கொண்டிருந்தார். அதே சமயம் தனது குழந்தைகளுடன் நேரம் செலவழிக்க அவர் திடமான மனம் விடவில்லை.

அப்பா என்றால் மிச்செலுக்கும் க்ரேக்குக்கும் உயிர். எப்படியாவது அப்பா ஆசைப்படி படித்துவிட வேண்டும் என்று இருவரும் படித்தனர். மிச்செல் எப்பொழுதும் படிப்பில் முதலிடம்தான். அடுத்துக் கல்லூரி செல்ல வேண்டும். அண்ணன் க்ரேக் படிக்கும் பிரின்ஸ்டன் கல்லூரிக்குச் செல்ல மிச்செலுக்கு ஆசை. பள்ளியில் இருக்கும் ஆலோசகரைச் சென்று பார்க்கிறார். தனது விருப்பத்தைச்

சொல்லி வழியைக் கேட்கிறார். ஆலோசகரோ, மிச்செல் மனம் நோகும்படி, "நீயெல்லாம் அங்கு படிக்க வாய்ப்பில்லை" என்று முடித்துக் கொள்கிறார்.

இதைக் கேட்டுத் துவண்டு போகாமல் அதே கல்லூரிக்கு விண்ணப்பிக்கிறார் மிச்செல். அங்கு படிக்க இடமும் கிடைத்து விடுகிறது. அங்கு வெள்ளையர்களோடு சில கறுப்பினத்தவர்களும் அரிதாகத் தெரிகிறார்கள். மிச்செல் தங்கிப் படிக்கும் அறையில் அவரோடு இருந்த பெண்ணின் அம்மா தனது மகளைக் கறுப்பினத்துப் பெண்ணோடு தங்க வைப்பதில் உடன்பாடில்லை என்று அறையை மாற்றிக் கொள்கிறார்.

அந்தச் சம்பவம் மிச்செலுக்கு அதிர்ச்சியாக இருந்தது. தன் வலி, கோபம் எதையும் வீண் செய்யாமல் படிப்பில் கவனம் செலுத்துகிறார். மனம் துவண்டு நம்பிக்கையைப் பரிசோதிக்கும் ஒவ்வொரு முறையும் ஃபீனிக்ஸ் பறவையைப் போல் மீண்டு வந்தார்.

இப்பொழுது அவர் கனவெல்லாம் ஹார்வர்ட் பலகலைக்கழகத்தில் படிக்க வேண்டும். இந்த முறை கல்லூரியில் இருக்கும் அட்வைசரி அதிகாரியிடம் சென்று நற்சான்றிதழ் பெற வேண்டும்.

"மிச்செல், நீ நல்லாப் படிக்கும் மாணவிதான்... ஆனால் ஆகச் சிறந்த மாணவியா என்று எனக்குச் சந்தேகமாக இருக்கிறது" என்று சொல்லிவிடுகிறார்.

இதைக் கேட்டு மிச்செலின் மனம் சொல்லொணாத் துயர் கொண்டது. இருப்பினும் மனம் தளரவில்லை. அடுத்த மூன்று மாதங்கள் தொடர்ந்து அவர் அலுவலகம் செல்கிறார். ஒரு கட்டத்தில் மிச்செலின் விடாமுயற்சியைப் பார்த்து நற்சான்றிதழ் கிடைத்துவிடுகிறது ,கனவும் நிறைவேறுகிறது.

ஹார்வர்ட் பல்கலைக் கழகத்தில் படிக்கும் காலத்தில் சமத்துவம், பெண் கல்வி இவற்றின் முக்கியம் குறித்துப் பல இடங்களில் பேசும் வாய்ப்புக் கிடைக்கிறது. இரண்டு வருடம் படித்து முடிக்கிறார்.

தனது இருபத்தைந்தாம் வயதில் சிகாகோவில் சட்டத்துறையில் சிறந்த நிறுவனமான சிட்லி & ஆஸ்டடினில் வேலை கிடைக்கிறது. கை நிறையச் சம்பளம். இருந்தாலும் பணத்தைவிட மக்களுக்கு தன்

வேலை மூலம் எப்படி உதவ முடியும் என்று யோசிக்கலானார். வேலையில் அவருக்குக் கூடுதலாகப் பொறுப்பு வருகிறது. தன் வருங்கால கணவர் பராக் ஒபாமாவிற்கு கோடைக்கால திட்டப்பணியில் வழிகாட்டியாகும் வாய்ப்பு. ஒபாமா, மிச்செல்லை விட மூன்று வயது மூத்தவர்.

மிச்செலுக்கும் ப்ராக் ஒபாமாவிற்கும் நிறைய விஷயங்களில் ஒற்றுமைகள் இருந்தன. இருவரும் அமெரிக்க கறுப்பர்கள் , ஹார்வார்ட் பல்கலைக் கழகத்தின் மாணவர்கள், சட்டத் துறை என்று பட்டியல் நீளும். நீண்ட யோசனைக்குப்பின் இருவரும் காதலிக்க ஆரம்பித்தார்கள்.

1991-ஆம் ஆண்டுத் தொடக்கத்தில் மிச்செலின் அப்பா இறந்து விடுகிறார். அதே ஆண்டில் சிட்லி & ஆஸ்டடினில் பணியிலிருந்து வெளியேறுகிறார். பொதுத் துறையில் தன்னை ஈடுபடுத்தி முடிந்த உதவிகளை மக்களுக்குச் செய்ய வேண்டும் என்று முடிவு செய்கிறார். முக்கியமாக தெற்கு சிகாகோவின் மக்கள் அவர் மனதில் நின்றார்கள்.

அப்படியொரு வேலைக்காக விண்ணப்பித்துக் கொண்டிருந்தார். மிச்செலின் வாழ்க்கையில் முதல் முறை சட்டென்று நினைத்தது கை கூடியது. சிகாகோ மேயர் நிறுவனத்தில் திட்டமிடல் மற்றும் மேம்பாட்டிற்கான உதவி ஆணையராகப் பொறுப்பேற்றார்.

மக்கள் வீடுகளை வாங்குவதற்கும் , வேலை வாய்ப்புகள் பற்றிய விழிப்புணர்வு ஏற்படுத்துவதற்கும் இந்த வேலை வழியமைத்தது. அடித்தட்டு மக்களுக்கு இதன் மூலம் பல நன்மைகள் கொண்டு வர முடியும் என்று தொடர்ந்து வேலைகளில் பல மாற்றங்களைக் கொண்டு வருகிறார்.

1992-இல் மிசெல்லும் ஒபாமாவும் திருமணம் செய்து கொள்ள முடிவு செய்தனர். மிச்செல் ஒபாமாவாக மாறியது, கூடுதல் பொறுப்புகளைக் கொண்டு வந்தது. பராக்கின் அரசியல் கனவுக்காகக் கை கொடுக்கத் தயாரானார்.

1996-இல், இல்லினாய்ஸ் அரசாங்கத்தின் ஒரு பகுதியான இல்லினாய்ஸ் மாநில செனட்டிற்கு பராக் போட்டியிட்டார். அதே சமயம் மிச்செல் சிகாகோ பல்கலைக்கழகத்தில் மாணவர் சேவைகளின் இணை டீனாக பணியாற்றத் தொடங்கி இருந்தார்.

மாணவர்களுக்குப் படிப்போடு சேர்ந்து சமூகம் பற்றிய புரிதல் இருக்க வேண்டியது அவசியம் என்று எண்ணினார். மாணவர்கள் சேவை செய்யும் திட்டங்களில் ஈடுபட வழி செய்தார்.

ஒரு பக்கம் முழுநேர வேலை, மறுபக்கம் கணவனின் தேர்தல் களம். இருபக்கமும் முழுமையாகத் தன்னை அர்ப்பணித்து வேலை செய்கிறார். அந்த உழைப்பு வீண் போகவில்லை. 1997-இல் பராக் இல்லினாய்ஸ் மாநில செனட்டிற்கு தேர்ந்தெடுக்கப் பெற்றார். பதவிகள் என்றால் பொறுப்புகள். 1998-ஆம் ஆண்டு ஜூலை நான்காம் தேதி மிச்செல் தம்பதிக்கு மலியா ஒபாமா என்ற பெண் குழந்தை பிறக்கிறது. தாய்மையின் வாசம் புரிந்து கொள்ளும் சமயத்தில் செனட்டரின் மனைவியாகப் பொது இடங்களுக்கு செல்ல வேண்டிய சூழல். வேலையையும் பார்த்துக் கொண்டு தாயாகத் தன் பொறுப்புகளையும் சரியாகச் செய்ய வேண்டும் என்ற அழுத்தம் அவரை விட்டபாடில்லை. மூன்று ஆண்டுகளில் இரண்டாம் மகள் நடாஷாவும் பிறந்துவிடுகிறாள்.

2002-ஆம் ஆண்டில், மிச்செல் சிகாகோ பல்கலைக்கழக மருத்துவமனைகளில் சமூக விவகாரங்களின் இயக்குநராக பொறுப்பேற்கிறார்.

இரண்டு ஆண்டுகளுக்குப் பிறகு, 2004-இல் பராக் நாட்டின் அரசாங்கத்தின் ஒரு பகுதியான அமெரிக்க செனட்டிற்கான தேர்தலில் போட்டியிடுகிறார். அதே ஆண்டு, பாஸ்டனில் நடந்த ஜனநாயக தேசிய மாநாட்டில் ஓர் உரையை ஆற்ற தேர்வு குழு பராக் ஒபாமாவைக் கேட்டுக் கொண்டது. இதை வாய்ப்பு என்று சொல்வதைவிட மரியாதை என்று புரிந்து கொள்ள வேண்டும். பராக் மட்டுமின்றி மிச்செலும் கூடவே செல்ல வேண்டும். ஓர் அறைக்குள் நடக்கும் கூட்டமில்லை. பல்லாயிரம் மக்களுக்கு முன் பேச வேண்டும். இருவரும் சேர்ந்து மக்களைக் கவர்ந்தனர்.

அந்த ஆண்டு நவம்பரில், பராக் தேர்தலில் வெற்றி பெற்று அமெரிக்க செனட்டரானார். ஒரு செனட்டராக, பராக் தொடர்ந்து பயணங்களில் இருக்க வேண்டிய சூழல்.

ஒரு பக்கம் கணவன் அரசியலில் படிப்படியாக முன்னேறிக் கொண்டிருந்தார். மிச்செலும் சும்மா இருக்கவில்லை. செனட்டர் மனைவியாக பொறுப்புகள் ஒருபுறமிருக்க, 2005-ஆம் ஆண்டில்,

சிகாகோ மருத்துவமனைகள் பல்கலைக்கழகத்தின் சமூகம் மற்றும் வெளி விவகாரங்களுக்கான துணைத் தலைவராக உயர்ந்தார்.

2007-இன் தொடக்கத்தில், பராக் ஜனாதிபதி பதவிக்குப் போட்டியிடுவதில் கவனம் செலுத்த வேண்டியிருந்தது. மிச்செலுக்கு தனது கணவர் அமெரிக்காவின் அடுத்த ஜனாதிபதியாக வருவதற்கு முழுத் தகுதியுடையவர் என்று தெரியும். இதனால் அமெரிக்கக் குடிமகளாகவும் கருப்பினத்து சமூகத்துக்கும் ஒரு மாற்றம் கொண்டுவர முடியும் என்று நம்பினார்.

அந்தக் காலகட்டத்தில் ப்ராக் ஒபாமாவிற்குத் தன் மனைவியின் நேரம் தேவைப்பட்டது. சிகாகோ பல்கலைக்கழக மருத்துவமனைகளில் தனது முழுநேரப் பதவியிலிருந்து விலகி, பகுதிநேரமாக அங்கு பணியாற்றத் தொடங்கினார். ஆனால் அதிக நேரம் பராக்கின் ஜனாதிபதி பிரசாரத்திற்கு சுற்றுப் பயணங்களில் அவரோடு சேர்ந்து தானும் ஈடுபட்டார். அவர் உடை , நிறம், பேச்சு எல்லாம் பேசுபொருளானது. அவர் எது செய்தாலும் குறை கண்டுபிடிக்கும் கண்கள் அதிகரித்துக் கொண்டிருந்தன.

வெற்றி பெற வேண்டும் என்றால் தேவையில்லாத விஷயங்களுக்கு செவிடாகிவிட வேண்டும் என்று மிச்செலுக்கு தெரிந்திருந்தது. செய்ய வேண்டிய பணிகளில் முழுக் கவனம் செலுத்தினார்.

விளைவு... நவம்பர் 4, 2008 அன்று, ப்ராக் அமெரிக்காவின் முதல் கறுப்பினத்தவர் ஜனாதிபதியாக தேர்ந்தெடுக்கப்பட, மிச்செல் அமெரிக்காவின் முதல் கறுப்பின முதல் பெண்மணி ஆனார். அதுவொரு வரலாற்று தருணம். ஒருமுறை வெற்றி பெறும் ரகசியம் தெரிந்து கொண்டால் அதை மீண்டும் மீண்டும் சாத்தியப்படுத்த முடியும் என்பதற்குச் சாட்சி 2012-ஆம் ஆண்டு நடந்த தேர்தலிலும் ப்ராக் வெற்றிபெற, மீண்டும் முதல் பெண்மணியாக மகுடம் சூடினார்.

எங்கு பிறந்தோம் என்பதில் இல்லை, நம் வாழ்க்கையை எங்கு கொண்டு செல்கிறோம் என்பதற்கு மிச்செலின் வாழ்க்கை ஒரு உதாரணம். வாழ்வின் பாதை முழுக்க புறக்கணிப்புகளும் அவநம்பிக்கைகளும் சூழ்ந்திருந்தாலும் தன் மீது, தனது இலட்சியம் மீது நம்பிக்கை வைத்து சாத்தித்துக் கொண்டிருக்கும் மிச்செல் ஃபீனிக்ஸ் பறவையின் ரகம்.

19. பி.டி. உஷா

இந்தியத் தடகளத் துறையில் இரண்டு தசாப்தங்களாக முடிசூடா ராணியாக வலம் வந்தவர். பெற்றோர் வைத்த பெயருக்குப் பின் பல பெயர்களைத் தனது சாதனைகளுக்காக மக்களிடமிருந்து பெற்றுக் கொண்டவர். 'பய்யோலி எக்ஸ்பிரஸ்', 'உடன்பாரி' (பறக்கும் தேவதை), ஆசிய ஸ்பிரிண்ட் ராணி, 'ரன்னிங் மெஷின்', 'தங்கப் பெண் என்று சொல்லிக் கொண்டே போகலாம். இந்த பட்டியலுக்குப்பின் பல சவால்கள் இருந்தன.

1964-ஆம் ஆண்டு ஜூன் மாதம் இருபத்தேழாம் தேதி பி.டி என்று அழைக்கப்படும் பிலவுல்லகண்டி தெக்கே பரம்பில் என்ற கிராமத்தில் உஷா பிறந்தார். தந்தை பைத்தல்வாஸ் துணி வியாபாரி, அம்மா லட்சுமி பள்ளி ஆசிரியர். ஆறு குழந்தைகளில் உஷா இரண்டாவது மகளாகப் பிறந்தார். ஒரு சகோதரன் மற்ற அனைவரும் சகோதரிகள். லட்சுமி தம்பதியினருக்கு வருமானம் போதுமானதாக இல்லை.

உஷாவின் குழந்தைப் பருவம் சவால்கள் நிறைந்ததாக இருந்தது. சிறுவயதிலேயே உடல்நலக்குறைவால் பாதிக்கப்பட்டார். ஏதாவது ஒரு நோய் அவரை இடைவிடாமல் தாக்கிக் கொண்டிருந்தது. அதாவது நோய் எதிர்ப்புச் சக்தியற்ற ஒரு குழந்தையாக வளர்ந்து வந்தார். ஆனால் வேலியைத் தாண்டுவது, மரத்தில் ஏறுவது இவற்றையெல்லாம் சர்வ சாதாரணமாக உஷா செய்து வந்தார்.

குடும்பம் பய்யோலியில் குடியேறியது. பள்ளியில் ஓட்டப் பந்தயத்தில் அவள் சிறுத்தையைப் போல் ஓடினாள். ஆனால் அவள் திறமை வெளியே மட்டுமில்லை... அவர் குடும்பத்தினருக்கும், ஏன்... அவருக்குமே தெரியாத ஒன்றாக இருந்தது.

உஷா ஆசிரியராக வேண்டும் என்பது அப்பாவின் ஆசை. அவள் தடகள வீராங்கனையாக வருவதற்கான சாத்தியக் கூறுகள் இருக்கின்றன என்று அவரது மாமா நம்பினார். ஆனால் ஆரம்பக் காலத்தில் அப்பாவின் எதிர்ப்பு கொஞ்சம் இருந்தது. அம்மாவும் மாமாவும் உடன் நின்றார்.

1976-ஆம் ஆண்டு, அதாவது உஷாவிற்கு அப்பொழுது பன்னிரண்டு வயதிருக்கும். அப்போது பள்ளியில் ஸ்போர்ட்ஸ் டே நடந்தது. கேரளாவைச் சேர்ந்த பிரபல தடகளப் பயிற்சியாளர் ஓ.எம் நம்பியார், உஷா ஓடுவதைக் கண்டார். அவர் ஒரு சிறந்த ஓட்டப்பந்தய வீராங்கனையாக மாறுவார் என்பதைத் தன் அனுபவத்தைக் கொண்டு அவர் கணித்தார்.

தொடர்ந்து பள்ளிகளிலும் மாவட்ட, மாநில அளவிலும் உஷா தடகளப் போட்டியில் முதலாவதாக வந்தார். கேரள அரசு அவருக்கு ஊக்கத் தொகையாக மாதம் இருநூற்று ஐம்பது கொடுக்க முன் வந்தது. இதைப் பார்த்த பெற்றோர்களுக்குச் சந்தோஷமாக இருந்தது. அவரை விளையாட்டுத் துறையில் மேலும் ஊக்குவிக்க கண்ணூர் விளையாட்டுப் பிரிவு பள்ளியில் சேர்த்தார்கள். அங்கு பயிற்சியாளராக நம்பியார் இருந்தார். அப்பொழுது ஆரம்பித்த பயிற்சி அவரது இறுதி ஆட்டம் வரை உடன் வந்தது. அவர் உஷாவின் திறனை உணர்ந்து, சிறப்புக் கவனம் செலுத்தினார்.

அத்துடன் பய்யோலியில் விடுமுறையின் போது பயிற்சியைத் தொடர அருகிலுள்ள மைதானம் மற்றும் கடற்கரையைப் பயன்படுத்தவும் உதவினார். வெறும் காலில் மின்னல் வேகத்தில் கடற்கரையோரம் அவர் ஓடுவதை பார்க்க அவ்வப்போது மக்களும் கூடுவதுண்டு.

உஷா வீட்டில் அசைவம் என்றால் ஒன்றுதான். மீன்! அதைத் தவிர்த்து வேறு எதுவும் அசைவம் கிடையாது. பயிற்சியாளர் நம்பியார் உஷாவின் ஊட்டச்சத்துக்காக முட்டை கொடுக்க ஆரம்பித்தார். ஆனால் அந்த மணம் பிடிக்காமல் அவர் கொடுத்த

அவித்த முட்டைகளைப் பையில் போட்டுக் கொண்டு உஷா மாட்டிக் கொண்ட கதையும் உண்டு. விளையாட்டில் மட்டுமின்றி அவரது ஊட்டச்சத்திலும் நம்பியார் கவனம் செலுத்தினார்.

தீவிரமான பயிற்சிக்கு முன்பே தேசிய விளையாட்டுப் போட்டிகளில் பல பதக்கங்களை வென்றார். 1980 தேசிய, மாநிலங்களுக்கு இடையேயான போட்டியிலும் வெல்கிறார். நம்பியாரின் தொடர் பயிற்சியும் உஷாவின் உழைப்பும் புதிய வாய்ப்புகளைக் கொண்டு வந்தன. 1980-ஆம் ஆண்டு தனது பதினாறாம் வயதில் மாஸ்கோ ஒலிம்பிக்கில் கலந்து கொள்ள வாய்ப்புக் கிட்டியது. அவர் தனியாகப் பயணம் செய்தார். முதல் முறை விமான பயணம். டெல்லியிலிருந்து மாஸ்கோவிற்குப் பறந்தார்.

உடன் வந்த மற்ற அணியின் விளையாட்டு வீரர்களுக்கு ஹிந்தி மற்றும் ஆங்கிலம் மட்டுமே தெரிந்திருந்தது. மலையாளம் மட்டுமே தெரிந்த உஷாவிற்கு அந்தப் பயணம் மனரீதியில் சவாலாக இருந்தது. 200 மீட்டர் ஓட்டத்தில் பங்கேற்ற உஷா, ஆறாவது இடத்தைப் பிடித்தார். அந்தப் போட்டியில் கலந்து கொண்ட இளம் இந்தியர் இவர் என்ற பெருமை கிடைத்தது. தோல்வியைச் சந்தித்துவிட்டு வீடு வந்தார்.

அடுத்து என்ன, எப்படி செய்யலாம் என்று யோசித்துக் கொண்டிருக்கும் போது ஆசிய விளையாட்டு அடுத்து வந்தது. 1980-ஆம் ஆண்டு பாகிஸ்தானில் போட்டி நடந்தது 100, 200, 400 மீட்டர் தடகளப் போட்டிகளில் கலந்து கொண்டார். முதல் முறை சர்வதேசப் போட்டியில் இந்தியாவிற்கு முதல் தங்கப் பதக்கம் கிடைத்தது. முதல் முறையாக நான்கு தங்கப் பதக்கத்தை தட்டிக் கொண்டு நாடு திரும்பினார். இந்தியத் தடகளத்தில் சரித்திரம் படைத்த பெருமை உஷாவிற்குக் கிடைத்தது.

1981-இல் பெங்களூரில் நடைபெற்ற மாநிலங்களுக்கு இடையேயான போட்டியில், 100 மீட்டர் மற்றும் 200 மீட்டர் இரண்டிலும் தேசிய சாதனைகளைப் படைத்தார்.

இரண்டு வருடம் தொடர் பயிற்சி. தங்கப் பதக்கம் கிடைத்து விட்டது என்று தலைக்கனம் ஏறாமல் பயிற்சியில் கவனம் செலுத்தினார். 1982-ஆம் ஆண்டு புது தில்லியில் ஆசிய விளையாட்டுப் போட்டி

நடந்தது. நூறு மீட்டர், இருநூறு மீட்டரில் வெள்ளி பதக்கமும், நானூறு மீட்டருக்கு தங்கப் பதக்கம் வென்றார்.

1983-ஆம் ஆண்டு குவைத்தில் ஆசிய சாம்பியன்ஷிப் போட்டியில் 400 மீட்டர் ஓட்டத்தில் தங்கம் வென்று சாதனை படைத்தார். அப்போதைய ஆசிய சாம்பியன் எம்.டி.வல்சம்மாவை வீழ்த்தி ஒலிம்பிக் போட்டிக்கு தகுதி பெற்றார்.

தொடர்ந்து பயிற்சி, போட்டி, பயணம் என்று வாழ்க்கையும் பரபரப்பாக உஷா வேகத்திற்கு ஓடிக் கொண்டிருந்தது. இடைவெளியெல்லாம் இல்லை. 1984-ஆம் ஆண்டு லாஸ் ஏஞ்ஜல்ஸில் நடந்த ஒலிம்பிக் போட்டிக்குத் தயாராகிக் கொண்டிருந்தார்.

பெரிய வாய்ப்பு கிடைத்தது என்று அனைவரும் மகிழ்ந்த தருணம்.... எல்லாம் சரியாக நடந்தால் சுவாரசியம் இருக்காதல்லாவா? கிடைத்த வாய்ப்பில் பதக்கம் சின்ன வித்தியாசத்தில் கை நழுவியது. சின்ன வித்தியாசம் என்ற சொல்லும்கூடச் சரி கிடையாது. ஒரு நொடியை நூறாகப் பிரித்தால் வரும் வித்தியாசம் என்று சொல்லுகிறார்கள். வெண்கலமும் கிடைக்கவில்லை. ஒலிம்பிக்கில் வென்றிருந்தால் பெரும் சாதனையாக இருந்திருக்கும். வலியை மென்று முழுங்கி அடுத்த ஆட்டத்துக்குத் தயாரானர். ஆட்டத்தில் வெற்றி தோல்வியைத் தாண்டி தவற்றைத் திருத்திக் கொண்டு மேலும் பலமாகத் தயாரானார்.

1985-ஆம் ஆண்டு ஜகார்த்தாவில் உள்ள செனயன் மத்யா ஸ்டேடியத்தில் நடந்த ஆசிய விளையாட்டுப் போட்டியில், அவர் ஆறு பதக்கங்களை வென்றார். ஐந்து தங்கம் மற்றும் ஒரு வெண்கலம். ஆசியாவின் அப்போதைய டிராக் அண்ட் ஃபீல்ட் ராணியான பிலிப்பைன்ஸின் லிடியா டி வேகாவை வென்றார். இதனால் தான் 'தங்கப் பெண்' என்ற பெயரும் கிடைத்தது.

உஷாவின் ஒவ்வொரு பதக்கத்திற்குப் பின்னும் நம்பியாரின் வழிகாட்டுதல் இருந்தது. 1989-ஆம் ஆண்டு டெல்லியில் நடந்த ஆசிய டிராக் ஃபெடரேஷன் கூட்டத்தில் நான்கு தங்கம் மற்றும் இரண்டு வெள்ளிப் பதக்கங்களை வென்றார். 1983 மற்றும் 1989 க்கு இடைப்பட்ட விளையாட்டு வாழ்க்கையில் அவர் பதிமூன்று தங்கப் பதக்கங்களை வென்றார்.

விருதுகளை வென்ற பிறகு, அவர் தடகளப் போட்டிகளிலிருந்து ஓய்வுபெற முடிவு செய்தார். முடிவு செய்தாலும் அடுத்த ஆண்டு நடக்கப் போகும் ஆசிய விளையாட்டில் கலந்து கொள்ளத் தயாரானார். 1990-ஆம் ஆண்டு பெய்ஜிங்கில் நடந்தது. ஆசை வீண் போகவில்லை. பெய்ஜிங்கில் மூன்று வெள்ளிப் பதக்கங்களை வென்று தனது ஓய்வை அறிவித்தார்.

அவர் ஓய்வை அறிவித்த அடுத்த நிமிடம் பெற்றோர் மகளின் திருமணத்தைப் பற்றி யோசித்தனர். 1991-ஆம் ஆண்டு வீ.சீனிவாசனுடன் திருமணம் நடந்தது. இல்லறத்தில் அடியெடுத்து வைத்த ஒரு வருடத்தில் தாய்மைப் பேறு கிட்டியது. உஜ்வல் என்று ஆண் பிள்ளை பிறந்தது. தன் கால் படாத தடகள இடமே உலகத்தில் இல்லை என்றளவுக்கு ஓடிவிட்டார், இனி குடும்பம் மட்டுமே என்று இருந்திருக்கலாம். அப்படித்தான் அனைவரும் எதிர்பார்த்தனர்.

பெண்கள் சிலர் மீண்டு வருவதற்கும், இருக்கும் இடம் தெரியாமல் செல்வதற்கும் சமூகமும் குடும்பமும் ஏதோ வகையில் காரணமாகின்றன. அந்த வகையில் உஷா மீண்டும் ஓடுவதற்கு முழுக்க முழுக்க அவரது கணவரது உற்சாகமும் கோச் நம்பியாரும் காரணமாக உடன் இருந்திருக்கிறார்கள். ஆறு வயதுக் குழந்தையை குடும்பத்தின் அரவணைப்பில் விட்டுவிட்டு தனது முப்பத்து நான்காம் வருடம் தடகளத் தளத்தில் நின்று அனைவரையும் திகைக்க வைத்தார்.

ஜப்பானில் அட்டா ஃபுக்கோவாக்காவில் நடைபெற்ற ஆசிய டிராக் ஃபெடரேஷன் கூட்டத்தில் இருநூறு மீட்டர் மற்றும் நானூறு மீட்டர் ஓட்டப் பந்தயங்களில் வெண்கலப் பதக்கங்களை வென்றார். இதன் மூலம் அவர் இருநூறு மீட்டர் ஓட்டப்பந்தயத்தில் தனது சொந்த சாதனையை முறியடித்து புதிய தேசிய சாதனையைப் படைத்தார்.

திருமணத்திற்குப் பிறகு முப்பத்தைந்து வயதில், தேசிய ஸ்பிரிண்ட் சாதனையை முறியடித்து, தான் சிறந்த விளையாட்டு வீராங்கனை என்பதை மீண்டும் நிரூபித்தார்.

1998-ஆம் ஆண்டுக்குப் பின் ஓடா விட்டாலும் தனக்குள் இருக்கும் திறமையை மற்ற குழந்தைகளுக்குச் சொல்லிக் கொடுக்க முடிவு

செய்தார் பி.டி.உஷா. தனது சொந்த ஊரில் உஷா ஸ்கூல் ஆஃப் அத்லெட்டிக்ஸ் என்று ஒரு விளையாட்டுப் பள்ளியைத் தொடங்கினார்.

இந்திய ஒலிம்பிக் சங்கத்தால் 'நூற்றாண்டின் சிறந்த விளையாட்டு வீராங்கனை' மற்றும் 'மில்லினியத்தின் விளையாட்டு வீராங்கனை' என்று அவர் கௌரவிக்கப்பட்டார். 2019-ஆம் ஆண்டில், அவரது விளையாட்டுக்கான சிறந்த சேவைக்காக சர்வதேச தடகள சம்மேளனம் (IAAF) மூத்த முள் விருதைப் கொடுத்து கௌரவித்தது.

உஷா பய்யோலி கடற்கரையில் ஓடக் கற்றுக்கொண்டு சர்வதேச தடகளங்களில் கால் பதித்தார். அவர் உழைப்பும் விடாமுயற்சியும் ஒன்றுசேர வாழ்க்கையின் பல கட்டத்தில் வயதைக் கடந்து சாதித்துக் காட்டினார்.

தனது வாழ்க்கையில் பல தேசிய மற்றும் சர்வதேச விருதுகளை வென்றார். அவர் ஆசிய விளையாட்டு மற்றும் ஆசிய சாம்பியன்ஷிப் போட்டிகளில் பதின்மூன்று தங்கப் பதக்கங்கள் உட்பட முப்பத்து மூன்று சர்வதேசப் பதக்கங்களை வென்றுள்ளார். மொத்தத்தில், தடகளத்தில் சிறந்து விளங்கியதற்காக முப்பது சர்வதேச விருதுகளை வென்றுள்ளார். தடகளத்திற்கான அவரது நிலையான மற்றும் உறுதியான முயற்சிகள் மூலம் தேசத்திற்கு அவர் செய்த சிறந்த சேவைகளை நினைவுகூரும் வகையில், 1984-ஆம் ஆண்டு அர்ஜுனா விருது உஷாவுக்கு வழங்கப்பட்டது. 1985-ஆம் ஆண்டு ஜகார்த்தா ஆசிய தடகளப் போட்டியில் சிறந்த பெண் தடகள வீராங்கனையாகத் தேர்வு செய்யப்பட்டு அவருக்கு விருது வழங்கப்பட்டது.

வழியில்லாத் தடங்களிலும் உழைப்பும் நம்பிக்கையும் இருந்தால் முன்னேறலாம். வெற்றியும் தோல்வியும் சேர்ந்ததுதான் வாழ்க்கை. இயங்கிக் கொண்டு இருப்பது மட்டும்தான் சாதனையாளர்கள் ஆவதற்கான சூட்சமம் என்பதை உஷாவின் வாழ்க்கையிலிருந்து தெரிந்து கொள்ளலாம்.

20. கமலா ராமசாமி

இதுவரை இந்தப் புத்தகத்தில் இடம் பெற்ற பெண்கள் எல்லாம் ஏதோ ஒரு துறையில் சாதித்தவர்கள். ராமா பாய் கூட கணவனோடு போராட்டங்களில் பங்கு கொண்டவர். ஆனால் எந்த துறையும் அல்லாமல் தன் கணவனின் கனவை அடைகாத்து, அது முழுமை பெறுவதை உடன் நின்று பார்க்கும் அந்தப் பணியையே ஒரு துறையாக எடுத்துக் கொண்டவர் இவர்.

'அது ஒரு துறையா?' என்ற கேள்விக்கு அவர் வாழ்க்கையே விடை அளிக்கும். இந்தக் கட்டுரையின் நாயகியின் பெயர் கமலா.

திருநெல்வேலி மாவட்டம் களக்காடு அருகே கடம்போடுவாழ்வு என்னும் கிராமத்தில் தைலாம்பாள் மற்றும் லட்சுமணன் என்ற ஆச்சாரமான பிராமணக் குடும்பம் வசித்து வந்தது. அந்தத் தம்பதியிக்கு பதினான்கு குழந்தைகள். நான்கு குழந்தைகள் தவறிப் போய்விடுகிறார்கள். 1938-ஆம் ஆண்டு செப்டம்பர் மாதம் இரண்டாம் தேதி அவர்களுக்கு ஒன்பதாவது மகளாகக் கமலா பிறந்தார்.. சகோதரர்கள், சகோதரிகள் என்று ஒன்பது பேரோடு வளர்ந்தவர்.

திருநெல்வேலியில் இருக்கும் இவருக்கும் நாகர்கோவிலில் இருக்கும் சுந்தரம் ஐயரின் மகன் சுந்தர ராமசாமிக்கும் மணம் முடிக்க நிச்சயம் செய்கிறார்கள். 1954-ஆம் வருடம் கெட்டி மேளம் நடக்கிறது.

கமலாவிற்கு அப்பொழுது வயது பதினாறு முடிந்து ஆறுமாதங்கள் இருக்கும். ஒன்பதாவது படித்துக் கொண்டிருந்த மாணவி. பள்ளி செல்கிற சிறுமிக்குத் திருமணம் என்பது அந்தக் காலத்தின் நடைமுறை. படிக்க வேண்டும் என்ற தன் ஆசையை பல வழிகளில் அப்பாவிடம் சொல்லியும் அவர் அதை சட்டை செய்யவில்லை.

திருமணம் முடிந்து நாகர்கோவில் வந்த கமலாவிற்குப் புகுந்த வீடு சிறிது வித்தியாசமாக இருந்தது. பழக்க வழக்கத்தில் சின்னச்சின்ன மாற்றங்கள். கணவர் சுந்தர ராமசாமி ஆச்சாரம், மத ரீதியான எதிலும் பெரும் ஈடுபாடு இல்லாதவர். நாகர்கோவிலில் அப்பா ஆரம்பித்த கடையைப் பார்த்துக் கொள்வது சு.ரா.வின் வேலை.

இரவு வீடு திரும்பும் கணவன், புத்தகங்களோடு செலவழிப்பார். திருமணம் முடிந்து புகுந்த வீட்டுக்கு வந்த கமலா பள்ளி செல்லும் மாணவியாகத் தொடர்ந்தார். அதற்குக் கணவனும் மாமியாரும் தான் முக்கிய காரணம். சின்ன வயதாக இருந்தாலும் தன்னைச் சுற்றி நடக்கும் அனைத்தையும் உள்வாங்கிப் புரிந்து கொள்ளும் குணம் கமலாவுக்கு இருந்தது.

மாமனார் அவ்வப்போது தனது கணவனைக் கண்டிப்பதைப் பார்க்கிறார். விஷயம் இதுதான். எழுத்து தலைக்கு ஏறினால் வியாபாரம் அடிவாங்கும். வாழ்க்கைக்குத் தேவை பணம். அதை ஒருபோதும் கதை எழுதிச் சம்பாதிக்க முடியாது என்ற வாதம் அவருடையது. மாமனார் மட்டும் இல்லை... அவ்வப்போது கமலாவின் தந்தையிடம் இருந்தும் இதே புகார் வரும். ஒரு முறை மாமனார் கமலாவிடம், ”நீ கொஞ்சம் எடுத்துச் சொல்லிப் புரிய வைக்க வேண்டும்.” என்றார். அமைதியாகக் கேட்டுக் கொண்டார் கமலா. அதை எடுத்துக் கொண்டு வந்து சுந்தர ராமசாமியிடம் எந்த வம்பும் அவர் செய்யவில்லை.

மாமனார் சொல்வது சரி என்றோ, கணவனுக்கு எடுத்துச் சொல்ல வேண்டும் என்றோ அவர் ஒருபோதும் நினைத்ததில்லை. காரணம் குற்றம் பார்ப்பவள் என்ற இடத்தில் இல்லாமல் கணவனைப் புரிந்து கொள்ளும் இடத்தில் அவர் பயணித்தார்.

கமலாவின் மனதில் கணவனைப் பற்றி ஒரு எண்ணம் மட்டும் தீர்மானமாக இருந்தது. அவர் அப்பா நினைப்பது போல் சாதாரணமான மனிதர் இல்லை. எழுத்தின் மீது கணவருக்கு இருக்கும் பரவசம் தெரிகிறது.

கமலா தன் கணவனைப் பற்றி முழுதாகத் தெரிந்து கொள்கிறார். பத்து வயதாக இருக்கும்போது வாத நோய் தாக்கியதில் சில ஆண்டுகளுக்குக் கணவனின் நடமாட்டம் முடங்கியிருந்தது. பள்ளிக்கு ஒழுங்காகப் போக முடியவில்லை. ஒரு கட்டத்தில் மருத்துவரின் ஆலோசனைப்படி பள்ளிப் படிப்பை நிறுத்தி விட்டார்கள். குழந்தைப் பருவம் கோட்டயத்திலிருந்ததால் தமிழ் படிக்கத் தெரியாது.

பதினெட்டு வயதில் - தமிழ் படிக்க வேண்டும் என்னும் ஆர்வம் வந்தது. சொந்த முயற்சியால் எழுத்துக் கூட்டிப் படிக்க ஆரம்பித்தார். அவரது அம்மா அவருக்குப் பெரும் துணையாக இருந்திருக்கிறார்.

திருமணத்துக்கு முன்பும் சுந்தர ராமசாமி, புதுமைப்பித்தன் நினைவு மலரிலும் அதைத் தொடர்ந்து வேறு இதழ்களிலும் மொழிபெயர்ப்பு செய்து வந்தார். எழுத்தை அவர் இக்கட்டான சூழலில்தான் செய்து வந்தார்.

திருமணத்துக்குப் பின் சுந்தர ராமசாமி தன் மனைவியிடம் எழுத்து, இலக்கியம் என்று பேசும் வாய்ப்பும் உண்டானது. கதையை எழுதிவிட்டு கமலாவிடம் கொடுத்துப் படிக்கச் சொல்லுவார்.

கமலாவிடம் பல முறை "உன் வாழ்க்கையின் நினைவுகளை எழுதி வை கமலா. பதினைந்து பக்கம் எழுது, நான் படித்துச் சொல்றேன்" என்று அவரையும் ஊக்கப்படுத்தினார். இப்படிக் கொஞ்சம் கொஞ்சமாகக் கணவனின் இலட்சிய உலகில் அவரும் சேர்ந்து பயணிக்க ஆரம்பித்து விட்டிருந்தார். எதற்காக இந்த வீண் வேலை என்று அலட்சியப்படுத்தாமல் அவருடைய எழுத்துப் பயணத்துக்குப் பக்கபலமாக இருந்தார்.

அந்தக் காலகட்டத்தில் கணவனுக்காக வாழ வேண்டும். அவருக்குச் சேவை செய்ய வேண்டும் என்பது குடும்பத்தின், சமூகத்தின் எதிர்பார்ப்பு, அதைத் தாண்டி தனக்காக என்று எதுவும் செய்ய முடியாது. இன்றும் ஒரு சில இடங்களில் அந்தப் போக்கைப் பார்க்க முடியும்.

கமலாவின் வாழ்க்கையை மேலோட்டமாகப் பார்த்தால் அவர் எடுத்த முடிவின் ஆழம் புரியாது. அவர் தியாகம் செய்து கணவனுக்கு வாழ ஆரம்பித்தவர் அல்ல. ஒரு ரசிகையாக, கணவன்

ஆற்றல் மீது நம்பிக்கை வைத்த மனைவியாக அவரது எழுத்து உலகை மனப்பூர்வமாக ஏற்றுக் கொண்டார். ஆகையால் ஏமாற்றம், தியாகம், வருத்தம் என்ற எந்த எதிர்மறை உணர்வுகளுக்கும் அவர் இடம் கொடுக்கவில்லை.

சராசரிப் பெண்ணாக அவர் இருந்திருந்தால் இன்று சுந்தர ராமசாமி என்றொரு பொக்கிஷம் தமிழுக்குக் கிடைத்திருக்க மாட்டார். ஆசைக்கு ஒன்றோ இரண்டோ எழுதிவிட்டுச் சராசரி மனிதனாக வாழ்ந்து முடித்திருப்பார்.

இருவருக்கும் மணியாக நான்கு குழந்தைகள் பிறந்தன. சௌந்தரா, தைலா, கண்ணன், தங்கு. மூத்த மகள் சௌந்தரா 1996-இல் நோயின் காரணமாகக் காலமானார்.

குடும்பம் விரிந்தது போல் சுந்தர ராமசாமியின் இலக்கியமும் விரிந்தது. வாசகர்கள் தேடி வர ஆரம்பித்தார்கள். நண்பர்கள் கூடி இலக்கியம் பேசும் இடமாக மாறியது. கடிதம் மூலம் மட்டும் அவரை ஆசானாக ஏற்றுக் கொண்ட மாணவர்கள் கூட்டம் ஏதேதோ ஊரிலிருந்து நாகர்கோவிலில் இருக்கும் கமலா வீட்டுக்குப் படையெடுக்க ஆரம்பித்தார்கள்.

வருபவர்கள் யாரும் ஒரு காபியை மட்டும் குடித்துப் போயிருக்க மாட்டார்கள். ஓரிரு நாள் தங்குவார்கள். வருபவர்களுக்கும் போகிறவர்களுக்கும் வீட்டில்தான் உணவு.

ஒரு கட்டத்தில் குடும்ப உறுப்பினர்களைவிட நண்பர்கள் கூட்டம் அதிகரித்தது. கமலாவுடன் இருக்க அவர் அம்மா தைலாம்பாள் ஒரு முறை வீட்டுக்கு வந்திருக்கும் போது, நண்பர்கள் சிலர் வீட்டில் தங்கி இருந்தார்கள்.

யாரோ ஒருவர் அடுக்களை வரை வந்து டீ கேட்கிறார். யாரோ ஒருவர் மாப்பிள்ளையின் டைனிங் டேபிளில் உட்கார்ந்து மதிய உணவு உண்கிறார். இதைப் பார்த்த கமலாவின் அம்மாவிற்கு என்னவோ எரிச்சல். அதுவரை அதிகம் பேசாத மாப்பிளையிடம் சொல்கிறார். அதற்கு பின்புதான் தேவையில்லாமல் கேட்டு விட்டோமோ என்று தோன்றுகிறது.

ஆனால் கமலா ஒருநாளும் முகத்தை சுளுக்கிக் கொண்டதில்லை. சுந்தர ராமசாமிக்கு வியாபாரம், எழுத்து, நண்பர்கள் எல்லாம்

வேண்டும். இதை சுந்தர ராமசாமி தொடர்ந்து செய்ததற்கு முக்கிய காரணம் கமலாவின் புரிதல் மட்டுமே. கணவனுக்குப் பயந்தோ அடங்கியோ எதையும் அவர் செய்ய வில்லை. கணவனைப் புரிந்து மனம் உவந்து செய்தார்.

இன்று உறவினர்கள் வீட்டுக்குச் செல்ல வேண்டும் என்றால் முதலில் அவர்களிடம் சொல்ல வேண்டும். அவர்களிடம் நேரம் இருக்க வேண்டும். இப்படி ஆயிரம் ஷரத்துகள் உள்ளன. ஆனால் அன்று சு.ரா. வீட்டின் நிலைமை முற்றிலும் வேறாக இருந்தது.

சு.ரா. வீட்டுக்குச் சென்று கை நனைக்காத நண்பர்களோ மாணவர்களோ வாசகர்களோ இருந்திருக்க மாட்டார்கள். வீடு இலக்கிய சரணாலயமாக இருந்தது. கமலா தன் வீட்டைக் கணவனைத் தேடி வருபவர்களுக்காக விட்டுக் கொடுக்கவில்லை மகிழ்வாகப் பகிர்ந்து கொண்டார்.

குழந்தைகள் வளர ஆரம்பித்தார்கள். அவர்களோடு நேரம் செலவழிப்பது. உறவுகளைப் பேணுவது என்று காலம் ஒரு பக்கம் பறந்து கொண்டிருந்தது. பிள்ளைகளின் படிப்பு, கல்லூரி, திருமணம் என்று பொறுப்புகள் நிறைவேற ஆரம்பித்தன. தொண்ணூறுகளுக்குப் பின் வீட்டுக்கு வரும் அனைவரிடமும் கணவனோடு சேர்ந்து நேரம் செலவழிக்க ஆரம்பித்தார். அவர்கள் கதை சொல்லும் நேரத்தில் பங்கு கொள்வது என்று கணவன் செயல்பாடுகளில் தானும் முழுமையாக இணைந்து கொண்டார்.

தஸ்தயேவ்ஸ்கிக்கு பெரும் பலமாக அன்னா கரீனா இருந்தார். அவராவது வேலை செய்ய வந்து காதலில் விழுந்து திருமணம் முடிந்து எல்லாம் புரிந்து செய்தார். ஆனால் திருமணமான சிறுமியாக மிகக்குறுகிய காலத்தில் கணவனைப் புரிந்து கொண்டார் கமலா. சுந்தர ராமசாமியின் இறுதி மூச்சு வரை பக்கபலமாக நின்றார் கமலா. தமிழின் அன்னா கரீனாவாக இருந்தவர் கணவனின் கடைசி காலம் வரை அதே புரிதலும் அன்பும் காதலும் அவரிடத்தில் இருந்தது. சுந்தர ராமசாமி என்ற எழுத்தாளுமை என்றும் சிரஞ்சீவியாக இருக்க, கமலாவின் வாழ்க்கைத் துணை கிடைத்ததல்லாமல் சாத்தியம் இல்லை.

சுந்தர ராமசாமியோடும் அவர் எழுத்தோடும் அரை நூற்றாண்டுக்கு மேல் வாழ்ந்தவர். அவர் மறைவுக்குப் பின் கணவனின்

நினைவுகளை 'நெஞ்சில் ஒளிரும் சுடர்' என்ற புத்தகம் எழுதி வெளியிட்டார். என் தைலாம்பாள், எங்கள் நினைவில் சு.ரா போன்ற புத்தகங்களையும் அவர் வெளியிட்டார்.

இவர் வாழ்க்கையிலிருந்து தெரிந்து கொள்ள வேண்டிய முக்கிய குணம் மற்றவர்களிடம் குற்றம் கண்டுபிடிப்பதைவிட புரிந்து கொள்ள ஆரம்பிப்பது. புரிதல் ஒன்று வந்து விட்டால் அந்த இடத்தில் அன்பு மட்டும்தான் ஆட்சி செய்யும்.

சராசரிப் பெண்ணாக இருந்து விட்டால், நம்மால் மற்றவர்களுக்கும் பயனில்லை, நம் வாழ்விற்கும் அர்த்தமில்லை என்பதை தெரிந்து கொள்ள இவரது வாழ்க்கை ஓர் அழகான சாட்சி.

திருக்கோவிலூரில் பிறந்த நஸீமா ரஸாக், மெட்ராஸ் பேப்பர் வார இதழின் உதவி ஆசிரியர். இதுவரை மூன்று நாவல்கள் வெளியாகியுள்ளன. இது அவரது முதல் வரலாற்று நூல். வசிப்பது துபாயில். வாழ்வது எழுத்தில்.

www.ingramcontent.com/pod-product-compliance
Lightning Source LLC
LaVergne TN
LVHW100312051026
849517LV00006B/2275
* 9 7 8 9 3 9 5 2 2 2 5 7 0 *